TRẦN VẤN LỆ

Từ Khi Em Là Nguyệt

NHÀ XUẤT BẢN NHÂN ẢNH
2023

TỪ KHI EM LÀ NGUYỆT
Trần Vấn Lệ

Biên tập & đọc bản thảo: Nguyễn Thiên Nga
Bìa & dàn trang: Lê Nguyễn Minh Quân
Nhân Ảnh xuất bản năm **2023**
ISBN: 978-1-0882-5338-0

Tác giả **Trần Vấn Lệ**

Sinh ngày 31-05-1942 tại Phan Thiết, Bình Thuận

Trưởng thành và dạy học tại Đà Lạt. Hiện định cư tại Los Angeles, Hoa Kỳ.

Tác phẩm thi ca đã xuất bản:

Bay Về Đâu Đó Ở Quê Hương • Hồn Tan Trong Thơ • Nắng Rớt Vườn Xuân • Gửi Em Một Đóa Hoa Hồng • Ta Nhớ Người Xa Cách Núi Sông • Trăm Năm Để Lại • Nếu Bước Chân Ngà Có Mỏi • Từ Lúc Đưa Em Về Là Biết Xa Nghìn Trùng • May Mà Có Em Đời Còn Dễ Thương • Mấy Ai Biết Mình Sống • Một Thời Trong Trang Thơ • Nói Thầm Với Thơ • Áo Dài Em Trắng Bay Trong Gió Nón Lá Bài Thơ Chuyện Của Chàng • Con Trao Trảo Bờ Ao Bay Đi Buồn Lẳng Lặng • Hình Như Từ Trong Chiêm Bao • Chiều Bên Sông Đứng Trông Làn Khói • Dã Quỳ Thương Nhớ • Áo Dài Ơi Thương Quá Nhớ Về • Vời Vợi • Ăn Của Rừng Rưng Rưng Nước Mắt • Viết Những Dòng Này • Thơ • Cũng Đành Gió Lạc Mùi Hương • Mỗi Ngày Mây Bay Qua...

Trăng lạ nhỉ hiện ở buổi mai
Anh nhớ em gọi tên em là Nguyệt
Anh nhớ em con mắt liếc
Cái đuôi dài chắc tới hoàng hôn?

Trần Vấn Lệ

Từ Khi Em Là Nguyệt
Nghìn Đóa Bình Minh Một Nhớ Thương!

Hơn một lần, tôi đối diện với Thi Sĩ Trần Vấn Lệ trong Vườn Thơ để lắng nghe ông kể, ông tỉ tê về mưa nắng, trăng sao và đặc biệt là về Đà Lạt, quê hương yêu dấu; hay nghe ông nhẹ nhàng kể về những nỗi buồn đau da diết cùng nỗi nhớ thật đầy, thật dài về một mái ấm gia đình thân yêu với dáng Mẹ, dáng Cha, dáng ngoại lom khom trong vườn cau Nam Phổ. Đặc biệt, ông chẳng bao giờ quên dáng người xưa với tà áo dài, áo bà ba, mái tóc thề bay bay trong gió...

Cũng nhiều lần, tôi bước vào Vườn Thơ của ông để thưởng thức hương thơm của nắng gió ân cần, cả mùi hương dặc biệt của nhựa thông, của lá non, của phấn vàng rắc đầy nỗi nhớ. Hồn bâng khuâng cùng những đóa hoa dại muôn màu và những thảm cỏ nằm ngoan dưới chân đồi cũng ngan ngát hương dịu dàng, tinh khiết...

Vườn Thơ của ông – thi sĩ Trần Vấn Lệ, vương vương mây bay. Tôi vô tư ngắm mây bay trong khoảng trời mộng ảo đang thả trên con đường Thơ những bóng nắng xoe tròn. Tôi ngắm mây bay qua thềm, thềm nhà có hoa, rưng rưng nhớ những chiều xưa xa... Rồi một chiều rưng rưng theo bao áng mây bay ngoài cửa lớp - tà áo nữ sinh trắng rợp sân trường và nhớ tới một bài thơ cũ:

Nhìn các em ngồi đó
Một góc sân trường xưa
Thương quá thời nắng gió
Nhớ quá chiều, sáng mưa...

Đà Lạt, các em ở.
Đà Lạt, Thầy bỏ đi.
Các em thì vẫn nhỏ
Như vầng trăng núi kia...
Đà Lạt các em ở
Xanh biếc nhé bầu trời
Ngước lên nhìn nỗi nhớ
Thầy là áng mây trôi...

(Nhớ Đà Lạt - Trần Vấn Lệ)

Vườn Thơ Trần Vấn Lệ còn có những Nụ Hôn thật ấm áp, thật tình. Màu Mưa trong thơ ông cũng khác, trong veo mà lung linh.

Mái Tóc người con gái trong thơ ông đã chiếm vị trí "độc quyền", tôi nghĩ vậy. Tóc – Mây quyện hòa, huyền hoặc dưới ánh trăng mơ màng. Ánh trăng ấy, màu trăng ấy, và cả người mang tên trăng ấy đã đẹp hơn rất nhiều, màu nhiệm hơn rất nhiều trong Vườn Thơ đầy hoài niệm này.

Tôi yêu ánh trăng trong Vườn Thơ Trần Vấn Lệ, từ vầng trăng hao khuyết đến trăng tròn vành vạnh hay thậm chí trăng mang hình trái tim; từ trăng non đến trăng già thấy rõ chú Cuội ngồi gốc cây đa mơ thấy nàng Hằng Nga; từ ánh trăng xanh hồn nhiên, ánh trăng vàng ấm áp đến bóng trăng lạnh tháng Mười Hai buốt giá ...

Tuy nhiên, tôi thấy mình không đủ sức, không đủ vốn từ để diễn đạt được hết cảm xúc của mình về Trăng trong thơ của ông. Trăng khiêm nhường mà bàng bạc không gian. Trong cái bàng bạc, mênh mông ấy, tôi thấy mình quá nhỏ bé. Mà không nhỏ bé sao được, khi mỗi ngôn từ thi sĩ viết ra đã có âm thanh mê hoặc, vẻ đẹp rất riêng. Từng dòng thơ kết nối nhuần nhuyễn, mạch suy tưởng nhẹ nhàng.

Tôi sợ sự rườm rà khi đi phân tích ý nghĩa từng con chữ, lắng nghe âm thanh của từng chiếc vỏ ngôn ngữ. Tôi càng không dám so sánh Trăng trong thơ Trần Vấn Lệ với Trăng của những thi sĩ đi trước đã để lại quá nhiều ấn tượng. Ánh trăng đã là nguồn cảm hứng bất tận trong nghệ thuật và mỗi người đều có cách biểu đạt của riêng mình. Dĩ nhiên, tôi cũng sợ mình đi lạc trên Đường Trăng ấy.

Tôi đi làm công việc thường ngày của một người bạn nhỏ.

Vào Vườn Thơ riêng ông, cần mẫn và hết sức nhẹ nhàng, tôi gom từng ánh trăng đêm hay trăng buổi mai. Bâng khuâng, mơ màng và tôi tưởng như đang nghe thấy tiếng thở đều đều bình an của một người bạn lớn sống bằng Thơ, sống nhờ có Thơ đang ở bên kia đại dương.

Khi viết những dòng này, tôi đã có hẳn một "góc vườn" lấp lánh ánh trăng.

Đường Trăng mong không hiu quạnh.

Vườn Trăng mong luôn thơm ngát hương đêm.

Tháng 7/2023

Nguyễn Thiên Nga

Tranh của Họa sĩ Nguyễn Thành Trung

Trăng Thượng Tuần

Trăng như chiếc lược cài đầu
Nhớ ai tóc biếc thương màu lá vông...

Mùa này vông nở hoa vông
Nhớ thêm ai đó môi hồng, càng thương!

Nhìn trăng từ lá cây vườn
Trong đêm mùa Hạ mù sương không nhiều...

Lá thưa như tấm lụa điều
Vắt vai càng thấy buồn hiu trong lòng!

Trăng mà chìm xuống con sông
Ai ơi chiếc lược giữa dòng ra sao?

Phải chi trăng hóa hoa đào
Phất phơ trước gió bay vào tay tôi!

Ước mơ nói đã nên lời
Tiếc thay góc biển chân trời xa xăm!

Gặp người, nhớ lại: mấy năm
Thương người, nhớ lại... từ tầm xuân nao!

Tầm xuân cánh biếc hôm nào
Bây giờ cánh biếc ẩn màu hoa vông...

Nói chi rồi cũng lòng vòng
Ngước lên trăng lạnh, ai cùng thấy ai?

Tóc mun ghim cứng lược cài
Tay tôi vươn mãi vẫn ngoài chiêm bao...

Chưa Gặp Em Tôi Đã Nghĩ Rằng...

Chưa Gặp Em Tôi Đã Nghĩ Rằng
Có Nàng Thiếu Nữ Đẹp Như Trăng

Thơ Đinh Hùng đó, anh ghi lại, chép lại, cho em thấy được em! Em tuyệt vời, em, nhan sắc, tuyệt! Trần gian, cung Nguyệt, cõi nào riêng?

Không cõi nào riêng! Tất cả chung. Bởi em duy nhất... giấu trong lòng, đêm trăng, em, một vầng trăng sáng – em, một vầng trăng anh nhớ nhung!

Nói nhớ mà nhung, rất đỗi êm, bởi em, duy nhất, một êm đềm. Bởi em, tất cả là duy nhất, em, một mình em, duy nhất em!

Có khi anh nói như nằm mộng, cũng, bởi vì em, một giấc mơ! Cũng bởi vì em, ai khiến chứ thấy trong hạt cát tự bao giờ?

Cũng bởi vì em Cha Mẹ đặt cái tên như thể một vầng trăng, dẫu chưa hề gặp em đâu đó mà tự lòng vang tiếng Nguyệt Cầm!

Nhiều khi anh muốn anh tầm gửi ký thác đời mình trên nhánh cây để ngắm em từng đêm nhỏ giọt sương vàng trăng đọng gió lung lay...

Nhiều khi anh muốn anh tâm sự với một người anh rất mến thân, trút hết tâm tư lòng với dạ, giấu chi em nữa, một vầng trăng!

Ôi em! Em một Vầng Trăng Ngọc, anh chẳng được là Chú Cuội sao?
Chưa gặp em, lòng mơ ước mãi, đêm chờ trăng hiện, dạ nao nao...

Trăng Cùng Tôi Cõi Đời Này

Đêm. Tôi quên hạ tấm màn, trăng ngoài cửa sổ xé làn cửa gương, trăng không vàng mà đục sương, tôi không động đậy, trăng luồn vào chăn - Lần đầu tiên lạnh của trăng làm tôi lạnh đến hàm răng xuống lòng, nghĩ mai mình nằm giữa đồng, thì tôi sao nhỉ? Lạnh cùng châu thân?

Nghĩ mai nhang khói phân vân. Ôi chao! Thích chứ! Mình gần Mẹ Cha - Kể nay tuổi cũng đã già, còn trăng để ngắm, còn là bao lâu! Tung chăn đi xuống dưới lầu khui lon bia uống ngẩng đầu ngắm trăng - Trăng bây giờ mới thật trăng! Trăng trên cây bưởi nhện giăng tơ hồng.

Trăng soi cái bóng tôi lồng, nhớ ai, người đó, có chồng hay chưa? Hỏi trăng, ai khiến trăng mờ? Hỏi sương mù thấy bài thơ đã rồi! Thế là đừng hỏi nữa thôi! Nhủ thầm như thế, trăng cười dễ thương - Một cơn gió tản mù sương, khui thêm lon nữa tôi dường đang say?

Trăng cùng tôi cõi đời này. Lòng tôi mở cửa cho đầy ánh trăng.

Ảnh: Thiên Nguyễn

Chờ Trăng Trăng Khuất Mây

Hồi tối
Chờ trăng
Trăng khuất mây
Nhớ em
Gương mặt sáng trưng ngày
Mong nơi em ở
Mây sương mỏng
Để thấy anh
Đang ngồi ở đây!

Em hiểu mà
Anh có tấm lòng
Trọn đời chỉ hướng
Tới phương Đông
Quê Hương mình
Mỗi bình minh mới
Em, một Bình Minh
Anh nhớ nhung!

Em hãy là hoa
Mãi mãi hoa
Là tha thiết lắm
Nói như là
Em ngồi bên cạnh
Anh dây vậy
Mình đợi trăng
Chờ mây bay qua...

Mây đưa trăng trốn
Chắc bên trời?
Khuya của anh buồn
Không thấy vơi
Chẳng biết đền ai
Đời lỡ cuộc
Đền ai mà được...
Có nên vui?

Hai chữ buồn – vui
Quyện thế gian
Có khi anh cũng
Rất mơ màng
Mình như sương khói
Như sương khói
Tụ nửa chừng non
Gió thổi tan...

Lòng Vẫn Vàng Tươi Trăng Nửa Khuya

Nhiều khi tính sổ: Bạn Không Còn. Lắm bạn xong rồi nợ Nước Non. Lắm bạn mịt mờ trong sóng gió. Với mình, còn sót: Chút Hoàng Hôn!

Hôm qua, điện thoại mấy hồi reo, bạn rất xa xôi nói buổi chiều, toa đợi moa nhen, hai đứa nhậu, thỏa lòng đêm ngắm bóng trăng xiêu...

Ôi chao! Bạn cũ như thơ cũ! Vẫn rượu và trăng, vẫn ngọt ngào, tiếng ngựa dẫu không còn hí sảng, trăng đầu non vẫn đỉnh non cao!

Chiều, mừng bạn đến như lời hẹn, mình rượu và mồi chút tượng trưng, bạn cũng đem mồi đem cả rượu, ê hề hai đứa giữa mênh mông!

Chuyện cũ tha hồ ta nhớ, nhắc, người xưa loáng thoáng gió bay về...
Bên hàng xóm lá Thu vừa úa rồi sẽ vàng tươi trăng nửa khuya?

*

Nhiều khi tính sổ, tính sai rồi. Có bạn đây mà, có đấy thôi...

Có thể bạn về trăng đã lặn, hoàng hôn mai lại đến thăm tôi!

Hoàng hôn, hai chữ, sao mà đẹp! Em hỡi vàng môi hãy tái lòng, một bước đường xa chân chửa quỵ, anh còn mơ mãi nắng bên sông...

Đừng Nhé Trời Mưa

Nhiều khi tôi thấy tôi ngồ ngộ, mỗi sáng chào không chỉ mặt trời, không chỉ cỏ hoa, con bướm lượn, không riêng chim mới hót vừa bay...

Mỗi sáng chào em, dù sáng mưa, chào và cầu chúc có ban trưa mặt trời hé nở, lòng quang tạnh, em đẹp như là một ý Thơ!

Mỗi sáng tôi không dậy muộn màng, tôi thèm nhìn sót ánh trăng tan, vầng trăng mỏng lét trên cành liễu, mạng nhện giăng giăng tấm lụa vàng...

Ôi sáng Bình Minh! Sáng Rạng Đông! Bao nhiêu chữ nghĩa giấu trong lòng tôi đem ra hết cho ngày mới, cho rạng ngời thêm nhé Núi Sông!

Nhắc đến Núi Sông, thương Đất Nước, quê nhà xa lắm đang hoàng hôn... Chìm trong giấc ngủ Cha và Mẹ chờ đợi con xa đến mỏi mòn...

Tôi sẽ làm chi buổi sáng này? Hỡi trời, trời trắng những vầng mây! Hỡi mây nương gió đang ra biển, đừng nhé mưa buồn bã bữa nay!

Mơ Hồ Hư Thực

Chiều ơi không biết chiều hư, thực?
Lòng mới hoàng hôn chạng vạng rồi!
Tháng Sáu mà mưa mưa quá tội
Buồn đây đầy ắp, đó, vơi, vơi?

Buồn đây quả thật không đong được
Mà nặng trong lòng nên thấy vun!
Không biết đó sao, buồn có giống
Như mưa mờ trắng ở đầu non...

Đầu non ngựa hí thời chinh chiến
Giờ chắc mờ trong cỏ nghĩa trang?
Giờ chỉ còn đây thương nhớ đó
Đêm mưa thêm lỡ bóng trăng vàng!

Nàng ơi ai biết ai về muộn
Ta muộn đầu xanh hết chải bồng
Người muộn chờ mong rồi lỡ hết
Đầu xanh chắc bạc nắng bên chồng?

*

Đêm mưa lỡ hẹn góc sân trăng
Vỡ nát lòng thôi hỡi nguyệt cầm
Chiều mới thoáng lên rồi tối xuống
Cũng đành... Thương chớ cuộc trăm năm!

Thèm Nụ Hôn Mà Đâu Cố Nhân

Hồi tối nằm mơ thấy nguyệt Rằm
Giật mình thức dậy, mới mồng Năm!
Tương lai không lẽ còn xa lắm?
Quá khứ thì tròn như bóng trăng?

Hiện tại, kéo cao mền tới ngực
Buồn tình nhắm mắt, giấc mơ bay
Gió ngoài trời rít qua khe cửa
Không biết trời tan mấy đám mây?

Nhớ lại thuở nào trăng mái lá
Trăng te tua tựa lá te tua
Trăng lên đầu núi, trăng chìm xuống
Dỗ giấc ngủ hoài không thấy mơ!

Mỗi cảnh mỗi nơi đời đã khác
Trăng thì trong mộng vẫn là trăng
Khi tròn khi khuyết, khi không có
Thèm nụ hôn mà đâu cố nhân?

Thiên Thu

Một đêm trăng nào đó có gió nhẹ đùa mây có lá vàng trên cây đẫm màu trăng rụng xuống. Em ơi đêm rất muộn anh vẫn chờ em về. Nghĩa trang lạnh bốn bề. Tấm bia nào không lạnh khi anh vẫn ngồi cạnh ôm em áo mù sương. Ôm em tình cô đơn. Con dế mèn đã khóc. Té ra nó thao thức, nó chờ ai như anh?

Một đêm trăng long lanh phải chăng vì nước mắt? Có trái tim nào cắt làm năm làm sáu phần?

Một đêm trăng phân vân em không về đây nữa. Trần gian quên lời hứa chờ em mùa trăng nao? Anh nhớ em nghẹn ngào thương sao tà áo mỏng, em đi như bọt sóng tan hồi cuộc biển dâu! Em xa như sao sâu chìm trên đầu cổ thụ. Anh nhớ hồi lính thú anh nằm trên tha ma. Hồi đó em là hoa nở mừng anh ngày phép. Ngày đó anh không chết, anh về, về thăm em...

Bây giờ, em mông mênh lòng đêm trăng lồng lộng. Bây giờ mình anh sống, sống như vì sao sa. Rồi trăng kia sẽ tà. Rồi đêm dài cũng tận. Em ơi em là nắng lăn anh giọt mồ hôi! Em ơi anh mồ côi tại vì em hết đó! Bao giờ anh là cỏ, em nghĩ sao thời gian?

Em là chiếc lá vàng cho anh mùa trăng cũ. Em là một giấc ngủ cho anh kể Thiên Thu...

Thu Hằng

Đêm đó, đêm mùa Thu, tôi, dưới trời trăng sáng. Không phải đêm tháng Tám nhưng vẫn là mùa Thu...

Mùa Thu ba tháng, lâu. Tháng Bảy, Tám và Chín. Gió heo may lành lạnh, lạnh hơn sắp tháng Mười...

Tôi, một mình, tôi ngồi. Trăng một vầng trăng sáng trên đầu tôi, mây tản và sương tan mờ mờ.

Tôi ngồi trên chiếu thơ, đêm trăng tròn, trăng khuyết, ba tháng dài bất tuyệt mà thơ không thành thơ!

Em à em, tôi mơ có em ngồi bên cạnh. Trăng nhiều khi lóng lánh. Tôi biết tôi thật buồn...

Em như nước trên nguồn chảy ra sông ra biển. Trước tôi em không hiện. Sau tôi em thì thào...

Có đêm mưa dạt dào, tôi cuộn trăng trong chiếu. Tôi biết tôi vẫn thiếu một em – em trong đời...

*

Đêm đó, đêm nghẹn lời. Gọi em mà ứa lệ. Từ khi em tạ thế, mùa Thu tôi thê lương.

Em, bây giờ linh hồn trong màu trăng tê tái. Tôi nhìn trăng tê dại, tôi, đời tôi hoang vu...

Ôi em ơi mùa Thu con trăng còn biết lội, tôi chờ em về tối từng đêm trăng mùa Thu!

Câu Cuối Một Bài Thơ

Đêm cuối năm. Giờ chót của năm. Tôi không buồn ngủ. Chưa đi nằm.
Ngoài hiên trăng sáng, vầng trăng sáng, một nửa vầng trăng cũng sáng trưng!

Sáu mươi phút cuối, tôi làm chi? Nhớ bạn bè xa chớp chớp mi?
Mở máy nhìn chơi, mi chớp chớp, một hàng con chữ xếp hàng đi...

Tôi nhớ bâng quơ, nhớ một người! Năm tàn tháng tận tình xa xôi.
Ai xa đâu nhớ về tôi nữa, thư xế nhận rồi, không có tôi!

Một trăm tấm thiếp khi cầm lại, vài cái, mà thôi, uổng tấm lòng!
Vàng đá gửi đi không thấy tiếc bởi lời châu ngọc cứ hằng mong!

Đêm cuối năm...
Giờ chót của năm...
Người tôi gần lắm đã xa xăm. Thương sao bụi phấn thời lau bảng.
Nhớ quá học trò Bùi Thị Xuân!

Này cô giáo cũ hình trên blog, có biết tôi còn mấy phút không?
Châu ngọc để đâu sao chẳng thốt, để chờ năm ngoái, hẹn sang năm?

Một người tôi nhớ gần gang tấc, má lúm đồng tiền Tết chẳng cho...
Tôi mở máy nhìn con chữ chớp, trăng ngoài cửa sổ bỗng thành thơ...

Em ơi câu cuối là câu đó. Trăng với em nằm trên giấy khuya!

Khi Yêu Nhau

Khi yêu nhau, người ta không nói,
để trái tim thao thiết thay lời,
để bầy chim ca ngợi mặt trời,
để hoa hồng em ơi vì em hoa nở...

Khi yêu nhau, một giây hơi thở
đủ buộc ràng đời đến trăm năm.
Có thể người ta nói rất âm thầm,
bốn mắt nhắm cho vầng trăng lộng lẫy...

Hai chữ Tình Yêu không cần nhìn thấy...
bởi thấy rồi ở Lưu Bút Ngày Xanh.
Ánh mắt người con gái long lanh,
ánh mắt người con trai có hình sông dáng núi...

Trong chiến tranh, tình yêu là chờ đợi.
Trong hòa bình tiếp nối ước mơ.
Tình yêu từ xưa rất đỗi xưa
là bài thơ không cần câu kết thúc...

Hãy đếm tình yêu như đếm tóc...
tưởng tượng mình cầm hạnh phúc trên tay.
Người đàn ông nào cũng muốn mình kẻ chân mày
cho người đàn bà mình yêu thương mãi mãi...

Ai bảo em được sinh làm con gái
cho anh thề chê hết thảy giai nhân!

Một Mình Em Là Tất Cả

Anh không nói một lần, em biết đó, chỉ một lần anh nói, nói không ngưng: Một Em Thôi Duy Nhất Đẹp Vô Cùng, hoa muôn sắc chỉ bằng em một chút – một chút thơm thoáng bay ngang mái tóc, một môi son, một má phấn hồn nhiên. Sống trên đời, người ta gặp nhờ duyên, anh nhờ em mà gặp thơ gặp mộng! Em, tất cả những gì anh trông ngóng: Mình Sẽ Về Gặp Lại Một Quê Hương!

Em ơi em, mình dạo nhé cảnh vườn, mình đứng lại thật lâu dưới cây cau của Ngoại, Ngoại không còn nhưng yêu thương còn mãi trong lời ru. Mẹ hát tiếp, rồi em! Mình sẽ đi chầm chậm quét trăng thềm, rồi quay lại: trăng còn nguyên trên gạch! Mình trải chiếu ra: bên này anh đọc sách, và bên kia em hờn giận, bắt đầu...

Chuyện chúng mình là chuyện của ngàn sau. Anh chỉ có em, bây giờ, mộng mị! Anh nói một lần, bao nhiêu lần, chưa phỉ: Anh Yêu Em, Em Đẹp Nhất Của Anh!

Có nhiều bài thơ anh cố gắng tạo hình, tạo cái bóng, là em, gió thoảng... Ai bảo em được sinh là Ánh Sáng, ai bảo em được sinh là Giai Nhân! Ôi chao ơi anh nói thế chưa bằng, Hoa Mới Nở Dưới Chân Em Hoa Mới Nở! Em muôn thuở trong lòng anh thương nhớ...

Tống Biệt Trùng Dương

Xưa, Thâm Tâm làm Tống Biệt Hành
Sương chiều, mây, giá, nắng long lanh
Tiễn người, không tiễn qua sông Dịch
Tiếng sóng trong lòng nghe thất thanh!

Nay, ta tiễn một người thương lắm
Không tiễn người về lại Cố Hương
Mà một bình tro về biển lớn
Tiếng lòng thảng thốt tiếng trùng dương...

Ôi xưa nay cũng cùng đưa tiễn
Chí cả nằm trong giọt lệ tròn
Mẹ, Chị ba năm còn nức nở
Ta ngàn năm nuốt vị tân toan!

Biết tống biệt là không trở lại
Ba năm thì cũng giống ngàn năm
Chiều nay ta dạo trầm hương tỏa
Cắn cọng cỏ sầu tê buốt răng...

Đưa người ngựa tía vù qua núi
Một chút mơ hồ mây mênh mang
Một tiếng thơ ngầu hay tiếng khóc
Một lòng băng giá dễ gì tan!

Em! Em! Trôi giạt năm châu lục
Dài ngắn vì sao nhúm tóc mai?
Trong đục vì sao mưa bán dạ
Trăng còn nửa mảnh, nửa trăng bay...

Em! Em! Sông biển nằm trong mắt
Con mắt từng mờ mây Ban Mê
Con mắt thủy triều Hương Vỹ Dạ
Bình tro trong đó có tàn y...

Xưa Thâm Tâm làm Tống Biệt Hành
Chắc chàng cắn nát chéo khăn xanh?
Nay, ta cũng có đôi dòng tiễn
Em có nghe lòng ta thất thanh?

Một Mai Ngựa Xé Khu Rừng Cũ

"Thương mà biết nói sao cho hết? Lậy Chúa! Cho con giữ được Nàng!". Tôi nghĩ tôi người luôn có Đạo... nên đang ngước mặt nói cùng Trăng!

Em là Trăng đó, Trăng Mồng Tám, mai mốt Mồng Mười, mai mốt Rằm. Trăng khuyết, trăng đầy, em chỉ một: Em Là Thương Mến mãi ngàn năm!

Em ơi tôi nói như tôi khấn, em, Chúa Trời, em cũng Quận Nương! Chữ Quận tự dưng nhìn ngộ ngộ, nhắm nghiền mắt lại thấy Quê Hương!

Em kia, bờ sông, em kia, đầu non, đêm nay trăng khuyết, mai trăng tròn, hai chữ Sơn Hà thay chiếu trải, bạc đầu tôi chỉ... tại trời sương!

Em nghe ngựa hí bên sông Dịch? Em nghe quốc kêu trong rừng không? Đừng nhé đa đa đôi cánh mở che mờ mà mất biệt phương Đông!

Ôi tôi yêu nàng tôi yêu nàng, đêm nay trăng xanh mai trăng vàng, em là duy nhất, em là Nguyệt, nghìn đóa bình minh một nhớ thương!

Người ta còn nói: Trăng Ngà Ngọc – em trọn đời tôi – Một Bóng Trăng! Em trọn đời tôi là đại hải, là con thuyền đưa tôi vào mênh mông!

Em ơi đêm nay đêm tuyệt vời, đêm nào thì cũng thế mà thôi... Mới hay sông chảy ra ngoài biển, tôi có em, sông ngược lại đời!

Tôi có em nên tôi được nói: "Tôi yêu nàng, yêu lắm Nước Non! Một mai ngựa xé khu rừng cũ, tôi hứng em về một nụ hôn!"

Trăng Đêm Qua Trăng Đêm Nào

Trăng đêm qua, trăng không tròn
Là trăng đang khuyết, ngày mòn, tháng hao...

Trăng đêm qua, trăng đêm nào
Em không ruột thắt gan bào phải không?

Những đêm trăng, ngủ trên rừng
Anh ôm trăng tưởng anh bồng ru em...

Cũng hay...trăng hiện ban đêm
Trăng mờ ảo đó và em ảo mờ!

Trăng nào là trăng ngày xưa?
Cây đào trước cổng đứng chờ trăng lên!

Cây chờ trăng. Anh chờ em
Ai đâu mặt nguyệt bên hiên đợi mình...

Bao nhiêu tuổi bấy nhiêu tình
Bao nhiêu nước mắt tạo hình trăng khuya?

Sáo qua sông sáo không về
Em qua sông, mái tóc thề, bờ sông...

Đêm nao lội bộ qua đồng
Ôm trăng trước ngực trong lòng nghe đau...

Trăng đêm qua, trăng đêm nào
Em không ruột thắt gan bào phải không?

Câu thơ đó, chấm xuống dòng
Mà đêm đâu đã tận cùng là đêm!

Hồi Đó Thưa Em

"Chưa gặp em tôi đã nghĩ rằng có nàng thiếu nữ đẹp như trăng" (*). Tôi mơ bay tới trời Đâu Suất nhìn thấy em bên bước Chị Hằng.

Chưa gặp em tôi đã tưởng người, ôi người-tiền-kiếp của tôi ơi, tiếc tôi không phải người ngoan Đạo để tỏ lòng tôi với Chúa Trời!

Chưa gặp em tôi lạc mất hồn, lẽ nào em khuất ở sau non? Lẽ nào tôi giữa rừng thăm thẳm không tiếng chuông Chùa không tiếng chuông...

Chưa gặp em sao nhớ suốt đời tưởng mình vừa thấy lá Thu rơi – lá này hôm trước cành xanh biếc sao tự nhiên mà sắc hết tươi?

Chưa gặp em tôi nghĩ em hờn, em buồn chi đó... nói đi thương! Nói đi cho gió bay vào cửa cho lạnh lòng tôi gió với sương!

Chưa gặp em tôi có cảm tình, yêu người dẫu chẳng bóng hay hình, biết em là Huế, tôi yêu Huế, non nước ngàn năm bên biển xanh...

Chưa gặp em, em đã có chồng! Trời ơi ai hỏi tôi buồn không? Không ai tâm sự, tôi lên núi, xa một dòng sông, một bến sông...

Hồi đó... em à, tôi lính trận, đêm đêm nằm ngó bóng trăng khuya...

(*) Thơ Đinh Hùng

Mây Thu

Mây Thu đầu núi giá lên trăng [*]
Một chút mây Thu đã lạnh lòng
Còn khối băng kia, còn đám tuyết
Trời ơi lòng lạnh mấy con sông?

Mà núi mà sông trời bất tận
Mà sơn hà nhớ tới nhau không?
Ở đây Đất Khách buồn trong dạ
Một câu thơ buồn nghe mênh mông...

Mây Thu đầu núi mây hay khói?
Hay đám sương từ mắt thổi ra?
Hay đám sương từ môi nhợt nhạt
Từ bàn tay em bàn tay ta?

Mây Thu đầu núi thay khăn tiễn
Ba mươi năm rồi năm mươi năm?
Gan bào ruột thắt ai không thấy
Đây cả lòng ta ngập ngụa trăng!

Em không là trăng mà như trăng
Ta qua rừng sương luồn non băng
Ta đi mòn chân trong cơ hàn
Nổi lửa giùm đi cho mây tan...

---

[*] Thơ Thâm Tâm

Tưởng Ai Dưới Nguyệt

Mỗi ngày... mình có một bình minh
Một buổi trưa xanh biếc lá cành
Một buổi xế chiều mươn mướt gió
Một hoàng hôn em của riêng anh...

Nói như hai đứa đang ngồi cạnh
Đang nắm tay và hôn trán nhau
Ai biết là mình xa cách lắm
Buồn ơi bèo giạt nước qua cầu!

Biết thế nên anh thường tưởng tượng
Em là trăng sáng mỗi đêm trăng
Cuối tháng và đầu tháng vắng
Em nằm trong ngực – một Giai Nhân!

Phải chi ở cạnh em bây giờ
Anh nói một ngón chân em một ngón Thơ
Anh vuốt ve hoài Thơ một ngón
Hai bàn chân em một trời mơ...

Anh vuốt tới mười em ngủ thiếp
Anh làm sao nhỉ? Chắc ăn gian
Hôn lên đầu gối, hai con mắt
Em ngủ đi em! Ôi vầng trăng!

Nếu Cầm Bút Vẽ Hơi Mình Thở

Sáng. Trời xanh biếc. Trắng mây bay
Vệt mây như lát chổi. Không dài.
Chắc mây không đủ làm mưa tới.?
Thì... chắc là mình vẫn nhớ ai!

Mỗi bữa nói hoài câu nói đó
Từ khi mười tám, thuở hai mươi
Từ khi, đêm ngó trời thăm thẳm
Ngó bóng trăng... hình như trăng trôi?

Trăng một mình trăng, trăng có buồn?
Có lòng không nhỉ để sầu thương?
Xưa nay không có... Trăng- Thi- Sĩ
Chỉ thấy người – Thơ Đẫm Khói Sương!

Trăng một mình trăng – Trăng Mồ Côi
Mặt trời không tới đứng thành đôi
Nên trăng tròn đó rồi trăng khuyết
Khuyết với tròn, trăng vẫn lẻ loi!

Tôi miên man rồi... tôi miên man
Ra sân cúi xuống nụ hoa vàng
Con hummingbird xoay, xoay tít
Mây trăng trên trời bỗng gió tan...

Nhưng... nhớ em thì tôi vẫn nhớ
Câu này kết lại dứt bài thơ
Nếu cầm bút vẽ hơi mình thở
Ai đọc... Làm sao? Có bất ngờ?

Ảnh: Phạm Anh Dũng

Ngó Lên Ngọn Trúc

Trăng tròn tháng Bảy, đêm Rằm, Vu Lan mở hội, người Âm Ty mừng. Vui chung cho cả Dương Trần, cháu con báo hiếu Vui Lòng Mẹ Cha...

Trăng tròn tháng Bảy, đóa hoa, của tôi thương bậu, của ta thương mình. Cầu mong Thế Giới An Bình, Thân Tâm An Lạc không dành riêng ai!

Chúng ta đang về Tương Lai, nhìn trăng tháng Bảy nhớ hoài tích xưa: Âm Dương trời định đôi bờ, Tử, Sinh... tròn một giấc mơ làm người...

Sống mà Vui, sống để cười, để quên lãng hết một thời gian nan. Chết không phải một đời tàn... mà sinh mà nở ngàn ngàn đời sau...

Trăng Rằm tháng Bảy không lau, mà xem kia – có bụi nào bám đâu! Ngàn ngàn lời chỉ một câu: Yêu Thương, Tha Thứ là Tu là Hành!

Thời gian... nước chảy qua nhanh, cái không dời đổi là Tình Thủy Chung. Trăng trời, một cõi mênh mông, trăng trong ta: Một Tấm Lòng Trung Nguyên!

Trăng nào cũng trăng- tháng- Giêng, màu vàng trăng mới dịu hiền làm sao! Tháng Bảy, tháng Tám, tháng sau, cũng như tháng trước, trăng màu nguyên sơ!

Đêm nay, đẹp quá Ni Cô, lim dim mắt lật từng tờ cuốn Kinh. Tôi ngang Chùa tưởng ngang Đình, ngó lên ngọn trúc... Trăng Hình Trái Tim!

Bài Thơ Chưa Làm

Câu thơ tôi mở đầu: em em... anh nhớ em nhiều quá! Chắc bài thơ đó lạ hơn tất cả bài thơ... mà tôi biết tôi Chưa – Chưa làm cho ai hết!

Em chưa thấy đã... ghét: "anh làm thế cho ai?". Tôi không hẹn em, mai; tôi buồn, chừ chưa có!

Tại sao em là gió? Gió bay qua nhà tôi? Tại sao em làm rơi ánh trăng vàng mỗi sáng?

Em ơi tôi lãng mạn hay con còng đuổi tôi? Em ơi và em ơi... Anh Nhớ Em Nhiều Quá!

*

Bài thơ này có lạ, không? Thưa nàng! Thưa nàng!

Bài Thơ Khai Bút

Bàn tay nàng xinh. Cây bút xinh. Ngón tay tháp bút vót cao tình. Chữ đầu tiên để trên lòng giấy, ôi đẹp làm sao một chữ N.

Ờ nhỉ tại sao mình chẳng gọn? Anh Em viết tắt chữ N M. Vầng trăng buổi sáng còn chan chứa đợi mặt trời lên khoe cái Duyên!

Ờ nhỉ tại sao mình chẳng ở thật lâu trên cõi thế gian này? Kìa hoa đang nở, tình đang nở, đẹp quá cảnh vườn bươm bướm bay...

Anh bắt cho em con bướm nhé, để trên ngực em cho bướm chào. Và em nhấp nháy đôi môi ngọt, em ước mơ gì không kiếp sau?

Anh hái cho em hoa mặt trời... để vầng trăng có bạn thành đôi, để cho cây bút còn thêm chữ, mỗi chữ xinh như miệng em cười...

Bài thơ buổi sáng ngày Nguyên Đán đầy một vườn xanh những nụ vàng – những nụ hoa mai từng cánh mở như lòng chan chứa nỗi yêu thương...

Em ơi anh cúi hôn từng ngón tay của người yêu đẹp lạ lùng. Em nhắm mắt đi, em nhắm mắt, anh hôn em từng mỗi lông mi...

Bâng Khuâng

Chờ em cho tới bao giờ
Vạc bay về núi, trăng mờ đỉnh non...

Hai ngày không thấy em e-mail. Mở máy, nhìn chơi, sáng lại chiều. Nói nhớ, nói thương mà lặng lẽ, buồn không thèm biết buồn bao nhiêu!

Buồn của anh ... là không của em. Ai người có nhớ mà không quên? Ai người mới đó môi hồng thắm, không nói cười thôi cũng rất duyên!

Có lúc làm thơ như cắn giọt mưa trời, con quạ mới kêu vang. Nhìn ra cánh cổng im lìm khép, ngày đứng sững ngày, ai đi ngang...

Dĩ nhiên không phải là em nhé! Đường của người ta, xe chạy qua, một chiếc rồi hai, ba bốn chiếc, chỉ cành hoa nở, một cành hoa...

Em à, anh đợi hai ngày đã buồn lắm như chưa biết nỗi buồn nó đã khiến mình đau đến đớn đến lòng tím rịm lúc hoàng hôn!

Thôi em không nhớ gì anh nữa thì chẳng làm sao, chỉ có chờ. Lòng nhủ: chim bay về núi đậu, trăng kia có lúc cũng trăng mờ!

Câu ca dao nhắc rồi anh lắc cho tóc trùm lên một mối tình, cho trọn đời anh thơ thẩn thức một câu nào đó rất bâng khuâng...

Trăng Buổi Sáng

Mặt trời chưa lên, trăng còn ngủ nán
Suốt đêm qua, muỗi có cắn trăng không?

Tôi không biết hỏi ai, tôi hỏi hoa hồng
Hoa chưa nở. Bình minh chưa dậy!
Đến nỗi gió cũng không động đậy
Điềm khác thường... hay bởi nhớ quá người ta?

Người ta là trăng – trăng vẫn đó kia mà!
Người ta là hoa – hỡi ơi hoa còn nụ
Cái gì còn trong tôi là còn nhớ
Nhớ nghĩa là không- quên- gì- đâu!

Mù sương tan. Mù sương tan nao nao
Con chim sâu rời tổ bay đi như làn khói
Trăng mỉm cười ở trên đầu núi
Núi quá cao, mặt trời leo chưa tới nơi?

Tôi không hỏi ai mà tôi hỏi tôi
Và tôi không biết tại sao tôi đứng giữa trời thương nhớ?
Lát nữa đây nắng sẽ lên rực rỡ
Trăng bỏ tôi. Buồn ơi bơ vơ!

Tôi cảm ơn trăng, trăng nuôi tôi bằng thơ
Tôi nói về mặt trời để chờ trăng rớt xuống
Rớt trên rừng kia hay trên đồng ruộng
Rớt ở đâu xin đừng rớt ngoài đại dương...

Có nhiều lúc tôi nghĩ trăng là sương
Mà sương thì... tan tan đi từng giọt
Có nhiều lúc tôi nghĩ trăng cũng khóc
Khi thấy tôi hiu quạnh cõi dương trần!

Buổi Sáng Nào Tôi Cũng Ngẩn Ngơ

Trăng ngậm giọt sương, trăng ngậm sữa. Mùa Đông bình minh thường mơ hồ. Tuyết trên mái ngói xanh hay đỏ sắp chảy về một cõi trắng mơ...

Trăng buổi sáng còn như ngái ngủ. Tuyết buổi sáng còn duỗi cánh tay. Tội nghiệp bồ câu đang rỉa cánh, bao giờ tan tuyết thì chim bay?

Trăng buổi sáng là trăng dễ thương, vùi trong nách Mạ sợ ai hôn? Lời ru không biết trưa nay kịp để nói hết lòng Mẹ với con?

Trăng buổi sáng như Mẹ con nằm, bình minh nhè nhẹ bước bàn chân, mặt trời qua khói trà sương sớm chớp nắng mơ màng hay bâng khuâng?

Tôi vẽ lòng tôi vẽ bóng trăng, trong vòng tay tôi trăng giai nhân. Yêu trăng không biết làm sao tỏ, dệt mấy vần thơ phơi lụa trăng...

Ôi em mơ hồ em mơ hồ! Trăng ngày xưa Huế biệt nơi mô? Tóc thề biếng chải hay trăng ướt, buổi sáng nào tôi cũng ngẩn ngơ...

Ca Dao Bất Tử

Nhiều khi đọc ca dao, nghe mà thương muốn chết! Tác giả? Ai? Không biết! Không lẽ... Thơ của mình?

Em thử đi qua Đình, đếm giùm anh bao ngói? Em thử mở miệng nói, đúng là em... gọi anh!

Em ơi, rừng lá xanh, đếm bao Tình cho đủ? Em ơi, mùa Thu... xấu, bứt hết lá của anh!

Anh thương em mong manh ôi trăng mười sáu tuổi! Anh thương em đến nỗi mong núi kề bên non...

Nhiều đêm ngắm trăng suông tưởng khi trăng tròn trịa, hai chữ Tình, chữ Nghĩa, đố mà ai chia đôi!

Nhiều khi muốn ngỏ lời mà sợ Cha sợ Mẹ! Mẹ dặn từng chiều, nhé đừng mặc áo phong phanh... Cha thì hay đứng nhìn trời chiều hôm gió chướng.

Những ngày xưa... chưa lớn thấy sao đời đáng yêu! Đến con vịt kêu chiều tưởng tượng ngày ly biệt...

Rồi thì... dòng lệ biếc em lăn trên má hồng. Rồi thì em... theo chồng! Con sông cơ hồ rộng!

Đời của anh gió lộng và tiếng súng hò reo. Đời của anh, một chiều, đìu hiu như cỏ cú!

Đọc ca dao thèm ngủ trưa Mẹ ru à ơi... Nếu có muôn ông Trời, chỉ mình Ba trên hết!

Những ngày xưa... không biết đó là ngày xưa nào! Con chim đậu bờ rào vừa mới kêu lảnh lót...

Em nghe em chắc khóc, em nghe em chắc buồn. Ví dù Cha Mẹ mà thương, nửa tàu lá chuối che sương cũng tình...

Coi Như Là Tiền Kiếp

Khi xóa một bài thơ, lòng tôi đau biết mấy! Thơ rồi cũng như lệ, thơ nào rồi cũng khô... Như Trọng Thủy ngẩn ngơ bên Mỵ Châu đã thác... Cõi đời phải đổi khác... còn chăng những bóng mây!

Lòng đau từ ngón tay: tôi xé tim tôi đó! Máu nào mà chẳng đỏ trên cõi chiến trường xưa! Tôi có sống bây giờ, chẳng qua người đã chết! Đời Lính: đời vĩnh biệt, "cổ lai kỷ nhân hồi?". (*)

Mây trôi, ngàn năm trôi, em à, xưa nay vậy... Thơ và lòng, nát bấy. Xanh xanh, xa... ngàn dâu – quay lại mình nhìn nhau, ai sầu hơn ai chớ? Nếu duyên tình đừng lỡ thì Âu Cơ không buồn... (**)

Tôi đứng nhìn Nước Non, ôi Nước Non lần cuối! Cờ bay vàng một cõi, rồi thời gian phôi pha... Huế với muôn đường hoa, chân ngà ai hết bước! Kim Luông rồi Đại Lược, ngã ba con đường tình... (***)

Tôi xé thơ và nhìn những mảnh lòng gió cuộn! Nửa vầng trăng trong nón bỗng não nùng long lanh... Em qua cầu bước nhanh, tôi theo em không kịp. Gặp nhau trong tiền kiếp, gặp nhau rồi mất nhau...

(*) Cổ thi: *Túy ngọa sa trường quân mạc tiếu, cổ lai chinh chiến kỷ nhân hồi? Uống say nằm ngủ sa trường, mặc! Chinh chiến xưa nay mấy kẻ về?*

(**) Chinh phụ ngâm khúc: *Cùng trông lại mà cùng chẳng thấy, thấy xanh xanh những mấy ngàn dâu, ngàn dâu xanh ngắt một màu, lòng chàng ý thiếp ai sầu hơn ai?*

(***) Ca dao Huế: *Chàng về Đại Lược, thiếp ngược Kim Long, tới đây là chỗ rẽ của lòng!*

Còn Chăng Là Ánh Trăng Thềm Mênh Mông

Thứ Sáu này em lên đường. Cuối tuần em nhỉ, em buồn? Em vui?

Buồn hay vui, một nụ cười – Một là gượng gạo, hai rồi... tự nhiên!

Thứ Sáu này, anh ngó lên, con trăng Rằm vẫn còn trên bầu trời

Bình minh, và nắng rất tươi, con trăng như một bóng người, thoáng qua...

Em, con trăng đó, hay là một cơn gió thoảng mượt mà tóc thơm?

Nụ hoa và những nụ hôn, nắng ban mai sẽ cứ còn lung linh...

Hình như anh nói với mình, mình anh, cái bóng cái hình của ai?

Cuối tuần chưa phải là mai nhưng hôm nay đã sắp ngày hôm qua!

Em ơi em ạ em à, em đi nhớ khép cửa nhà nghe em.

Em về... tất cả lặng yên, còn chăng là ánh trăng thềm mênh mông...

Cơn Mưa Bất Chợt Qua Thành Phố

Cơn mưa bất chợt qua thành phố, bất chợt rơi vào mắt tiểu thư - đôi mắt dễ thương như mắt thỏ, bất chợt ta nhìn, ta ngẩn ngơ...

Đêm qua bất chợt trăng tà sớm, buổi sáng sương mù mây cũng mù, không nghĩ sắp mưa, mưa bất chợt, mưa rồi, bất chợt đã sang Thu!

Em đi, bất chợt ta nhìn thấy, bất chợt mong mình hóa cánh ô - ờ nhỉ được đưa em một đoạn, đường nào rồi cũng một đường thơ!

Em, đôi mắt thỏ, đôi tròng nguyệt, sáng mãi hồn ta những bất ngờ, như bất chợt mưa, mưa khóe mắt cũng đầy một biển, biển trăng mơ...

Em ơi trăng cũ bây giờ hiện, em hiện bây giờ một thoáng thôi mà biết bao năm ta ước nguyện gặp ai cho thỏa mối duyên trời...

Em áo đỏ và buổi sáng xanh. Mưa hồng, mưa tím giọt nào nhanh, giọt nào rất chậm chườm chân ngọc, đôi gót chân ngà hoa ướp quanh...

Ta tương tư cùng mưa tương tư, ta nâng niu tình em tiểu thư... biết là bất chợt mưa qua phố, một nét thu dung mãi mãi chờ...

Chiều Lên Cọng Khói Hoàng Hôn Xuống

Có một người thương nhớ một người, nghe làn gió thoảng tưởng ai thôi! Đưa tay bắt gió, đâu rồi gió? Đỉnh núi bạc đầu, mây cứ trôi...

Có một người trông ngóng chuyện gì, hình như nghe được bước chân đi. Hình như đá sỏi reo chân bước. Muôn dặm nào đâu một lối về!

Có một người tính sổ tháng năm, biết bao trăng khuyết với trăng Rằm. Trăng tròn cứ ngỡ ai trong kính. Trăng khuyết ôi người đã biệt tăm!

Như thế... ngàn năm hóa vạn niên, thơ buồn không có nụ hoa duyên! Trèo lên cây bưởi nâng hoa nở, nói rất thầm: em! Anh nhớ em!

Nói rất thầm như chẳng nói chi. Chẳng chi để nói, thế thôi thì... Bưởi bao hoa rụng, năm rồi hết, mấy đóa tầm xuân hái để đây...

Chiều lên cọng khói. Hoàng hôn xuống. Có một người thương nhớ một người... Hoa tím vì sao mà tím ngắt? Vì sao mà tím cả mây trôi?

Chuyện Bình Thường Mỗi Buổi Sáng

Buổi sáng nghe thơm mùi hoa lài
Hay là ai đó mới chia tay?
Nhìn ra con ngõ, không ai cả
Chỉ thấy sương mù thoang thoáng bay...

Buổi sáng nghe thơm chuyện rất thường
Mỗi ngày vẫn đó một mùi hương...
Mỗi ngày cứ tưởng ai ngang ngõ
Rồi nghĩ rất buồn "thiên-nhất-phương"...

Một bước chuyển đi là bước tới
Chỉ là tiếng đập của con tim
Nãy giờ tôi nói điều chi đó
Thú thật lòng anh chỉ nhớ em!

Em chừ châu Âu hay châu Phi
Mai em châu Úc... rồi em về?
Hoa lài cứ nở chờ em nhé
Và bướm, chim kìa... buổi sáng bay!

Anh đố em nha, em có biết
Con hummingbird nói gì không?
Tại sao nó chẳng bay dang cánh
Mà xoáy không gian nắng những vòng?

Em ở lòng anh, tim cứ đập
Lời ca từ máu, tiếng tim ngân
Hoa lài anh nghĩ là hơi thở
Em dẫu muôn phương vẫn rất gần!

Buổi sáng con trăng vừa thức dậy
Em ơi trăng hóa buổi bình minh
Anh yêu em lắm, mình anh biết
Em biết, thì sao... có giật mình?

Chuyện Tình Yêu

Chín giờ hơn rồi, mặt trời chưa hiện. Sau một ngày mưa, sau một đêm mưa, trời âm u. Mở hết cửa gương ra, trời vẫn tối mù, lòng bất chợt nghĩ tới lời tiên tri tận thế...

Trái đất khổng lồ nếu vỡ đi, không dễ, không hiểu sao người ta cứ dọa người ta? Người ta vẽ ra hình quỷ tượng ma, người ta vẽ ra những giáo điều tôn giáo mới...

Những lời ngu si bay hoài không tới – tới cái ngày tận thế, đúng là vui. Những lời vui như vậy cứ có hoài và nhắc nhớ khi ngày đã trưa mặt trời chưa hiện!

Tôi bật sáng trưng hai ba ngọn điện, mở máy ra đưa hồn đi lang thang. Những câu thơ của tôi sẽ quấn quýt chân nàng, chừ chưa hiện chắc rồi sẽ hiện...

Tôi vẽ ra những lâu đài cung điện, tôi vẽ ra những cung nữ nghê thường, nhưng chỉ có một người thôi – người rất dễ thương, tôi chú thích là nàng- thơ- yêu- quý!

Nàng thơ ấy là Vầng Trăng Thế Kỷ, mặt trời không lên tôi vẫn có Bình Minh! Tôi đưa nàng đi đến trước một ngôi Đình... để cho nàng đếm ngói – đếm tình tôi vô tận!

Tôi sẽ vén tóc nàng hôn làn da cổ trắng, nhớ mơ màng ba ngấn cổ Nam Phương... Tôi sẽ dẫn nàng đi đến cuối một con đường, ở đó có ngôi nhà thờ chỉ thờ Thần Tình Ái!

Ô chuyện Tình Yêu nói hoài nói mãi, nói cho tới bao giờ tận thế, nha em!

Ảnh: Phạm Anh Dũng

Chưa Gặp Em Mà Trong Chiêm Bao

Chưa gặp em tôi đã nghĩ rằng (*) trước sau gì cũng có lần thăm để nhìn tận mặt người thương nhớ để quý yêu hoài một cố nhân!

Chưa gặp em mà trong chiêm bao thấy mùa Xuân nở đỏ hoa đào thấy ai bước nhẹ trên hoa rụng ngước mặt nhìn hoa má đỏ au!

Chưa gặp em trong mỗi tiếng lòng tưởng là mưa khẽ đập bên song có người con gái bên song cửa có một lần mong bóng ngựa hồng...

Chưa gặp em chưa gặp nhớ hoài như vườn hoa nhớ bướm bay bay đóa hoa vàng nở chờ ai đến nhẹ hái một cành trao tận tay...

Chưa gặp em chưa gặp cũng buồn tàn binh và cuối kiếp tha hương oán thù trút bỏ theo gươm súng còn lại trong lòng mỗi nhớ thương!

Mỗi nhớ thương là một ngậm ngùi chưa hề nghĩ tới lúc quân lui biết rằng đi tới lên rừng núi cầm bóng trăng và biết hổ ngươi!

Cầm bóng trăng cầm nhỉ tay nàng chỉ cho em thấy bến đò ngang xưa em từng đó choàng khăn tím từ đó em thành một cố nhân!

(*) Thơ Đinh Hùng:
Chưa gặp em tôi đã nghĩ rằng
Có nàng thiếu nữ đẹp như trăng...

Đêm Ánh Trăng Mờ Dẫu Chẳng Sương

Trời đã vào Thu, không ở đây! Cali nắng quá, đuổi chim đi. Cali nắng quá, mây không hiện, chỉ bụi đường xa, bóng bụi bay...

Trời đã vào Thu, Thu ở đâu? Cây palm đây vẫn đứng cao đầu. Cây palm đây vẫn như nhân chứng những giọt mồ hôi không ai lau!

Những cây palms không có tàn, một chùm lá tản rất nghênh ngang mà cao cao vút trời cao vút, bóng mát cơ hồ cái chấm than!

Trời đã vào Thu có thật chưa? Hỏi sông, sông cạn, nước khe khô. Những con nai lạc không còn nữa, chắc chúng đi tìm con suối mơ?

Trời đã vào Thu, nước mắt thầm chảy vào thơ một chút xa xăm, chảy vào ngực thở phà ra khói, những cơn mưa chờ cũng bặt tăm!

Chờ mãi ngày Thu đã mỏi mòn! Kìa trơ vơ núi bạc đầu non. Cali buồn quá, buồn ai khiến? Đêm, ánh trăng mờ, dẫu chẳng sương...

Đến Câu Thơ Cũng Chỉ Còn Ba Chữ

Ở đây mùa mưa không có mùa. Cây hứng mù sương mà trổ hoa. Cỏ hứng mù sương mà héo hắt. Người hứng mù sương làm câu thơ...

Câu thơ gieo vần không câu thêm. Câu thơ bơ vơ phơi bên thềm. Mực không phai mực vì không gió. Có ba chữ buồn: anh nhớ em!

Câu thơ không sơn son thếp vàng. Lòng nào mà đá tảng không tan? Hỏi mù sương giọt trăng còn sót. Một giọt sương mờ cả bóng trăng!

Ở đây mùa mưa không có mùa. Mai chừng có thể một cơn mưa? Bao nhiêu mai mốt còn mai mốt. Núi đọng sương và núi đã khô!

Tôi hỏi tim tôi nghe tiếng đập. Rồi lồng ngực vỡ cũng vì ai? Câu thơ bảy chữ còn ba chữ, anh- nhớ- em chờ mưa để phai...

Anh nhớ em vì em biệt tích, vì em đi chơi xa chưa về? Cánh thư không thấy cài bên cửa chỉ bóng trăng cài đó mấy khuya!

Tôi cúi đầu hôn trăng lẻ loi. Hôn tôi mà được kiếp mồ côi, niềm an ủi chẳng cần ai sớt nên chữ buồn thật khó bẻ đôi!

Ở đây mùa mưa không có mùa, bài thơ rồi chẳng có bài thơ! Bá Nha đập vỡ cây đàn Nguyệt, tôi gọi em về trong giấc mơ...

Định Nghĩa Thơ

Thơ người xưa: Thơ Ước Lệ - Dặm Ngàn Liễu Khuất Sương Che.
Thơ người nay: thơ cũng thế: Chia Ly Ngăn Cách Đi Về...

Luân hồi là cái Vòng Xoay, nó xoay, quay tròn một phía. Nói Tình thì nhớ cái Nghĩa. Nói Buồn thì có cái Đau!

Hàn Dũ đã nói thế nào? *"Buồn dễ hay, vui khó nói"*. Nói về bầu trời: vời vợi! Nói về con sông: bao la.

Có ai bỏ nước bỏ nhà không thấy đường sương cỏ lợt? Thấy chớ màu Thu phơn phớt, thưa người: lá nhuốm thời gian...

Sống một ngày thêm: muộn màng. Chết nửa chừng Xuân: tức tưởi. Người trên không thương người dưới. Tranh đời nham nhở tang thương!

Tạo Hóa gây cảnh hí trường. Hí không là cười vui vẻ. Trong sum vầy có cái tẻ. Có cái gì đó đìu hiu...

Thơ giấu mình trong Tình Yêu. Thơ xưa, nay, không biệt lệ. Chuyện tình người ta hay kể: Có người xuống ngựa giữa đường...

Thơ hay là bài- thơ- buồn, thơ- không- hay là thơ dở. Con sông bên bồi, bên lở. Con thuyền sang ngang, sang ngang...

Thơ chỉ là những tiếng vang làm ánh trăng vàng thao thức. Người thơ là con ong mật... tìm tình yêu giữa trăm hoa!

Em ơi anh nói thế là anh- thương- yêu- em- vô- tận. Thơ tình là hương là phấn anh làm để lót lưng em...

Đôi Mắt Của Em Đọng Bóng Chiều

Gió thoảng qua chiều lạnh bỗng dưng
Sắt se thương quá lá hàng phong
Xanh tươi mấy tháng đang vàng úa
Mấy tháng cuối đời... rụng cuối năm!

Có hai người chia tay cuối đường
Rồi mờ mờ nhạt bóng hoàng hôn
Nắng chiều sót chút màu tim tím
Tê tái môi người mấy nụ hôn?

Mặt trời không còn sau lưng người
Và sau lưng người không chi vui
Gió thơm phảng phất mùi hoa lý
Đêm báo hiệu ngày đã cạn thôi!

Ta cũng cạn dần ly rượu cuối
Không buồn rót tiếp để mời ai
Trăng đầu tháng hiện trên đầu núi
Trăng có cùng ta đến sáng mai?

Ta hứng buổi chiều cơn gió thoảng
Trút vào đêm đợi dế mèn kêu
Khép bâu áo tưởng ta Đà Lạt
Ta nhớ làm sao sương trong veo...

Đôi mắt của em ngày đó vậy...
Buồn ơi không biết đã bao chiều!

Em Có Nghe Gì Không

Em nghe gì không em? Mưa đang rớt bên thềm. Đêm nay trăng giấu mặt để cho Chức Nữ khóc, để Ngưu Lang làm thinh ôm ấp mặt người tình, uống từng giọt nước mắt. Hai người yêu xa cách. Đêm Thất Tịch bên nhau...

Em nghe không tàu cau gió đang rung nhè nhẹ, Ngoại chừ đang ở Huế nhớ hai đứa cháu chăng? *Em nghe không vầng trăng trùm chăn mây thao thức, trăng chắc cũng đang khóc nhớ những bài thơ mưa? Em à em rất xưa, em là thơ anh đó...*

Em nghe không tiếng gió khe khẽ kêu xạc xào, con bướm ngủ bên rào không biết chừ sao nhỉ, mai nó nhớ vườn Thúy còn đâu Phượng Vỹ hồng...Từ khi em lấy chồng, đêm anh là tịch mịch, bao năm rồi mà nhắc, nhắc ôi buồn hơn... mưa!

Bây chừ em ở mô, con sông Hương sóng gợn, có tiếng nào sầu muộn, có tiếng nào em nghe? Ôi tiếng kêu em về là tiếng tim anh đập. Trời có đêm Thất Tịch, mình còn đêm chia ly... Mười bảy tuổi em đi. Một trăm năm anh đợi. Báng súng anh làm gối, tự mình vuốt mắt mình...

Hỡi ơi đã hòa bình, Huế vẫn xa thăm thẳm. Quê người buồn chi lắm? Đêm nay như đêm qua... Đêm mai khi trăng tà, anh làm sao, em biết. Đường dương gian thảm thiết những đêm mưa trong lòng. Em có nghe gì không? Em có nghe gì không?

Em Vầng Trăng Sáng Trưng

Mây lưng chừng trước mặt. Em trước mặt lưng chừng. Chỉ một giây chớp mắt: tất cả đều trống không!

Đi dạo quanh cánh đồng, thấy hoa sen mới nở. Em là người tôi nhớ. Hoa nở vì em đây...

Em có chăng trong mây? Mây lưng chừng trước mặt. Mây vừa tan đâu mất. Em cũng tan hay sao?

Em ngàn năm chiêm bao. Em là cơn gió thoảng. Em là biển ánh sáng. Em vầng trăng của anh!

Đi vòng quanh đồng xanh, con thỏ trong cỏ núp chạy như bị ai chụp... hụt mất rồi giấc mơ!

Đêm nay trăng chắc mờ mặc dù mây không có mà tại vì anh nhớ em vầng trăng sáng trưng!

Hôm Nay Em Mặc Áo Xanh

Em lại thay rồi màu áo! Màu gì, em vẫn là em, vẫn màu mà anh thấy quen, chưa hề có màu nào lạ... Vì em, em là tất cả tình anh dồn cho một người! Vì anh chỉ gọi Em Ơi, chỉ có một lời tha thiết.

Anh biết là em đã biết tình anh như thế, suốt đời... giống như là mây, mây trôi, cuối cùng đậu trên đầu núi, biển nào cũng từ con suối, cuối cùng là mưa xuống rừng (có thể mây từ biển Đông bay tìm con còng đi lạc, bay tìm nắng reo tiếng hát à ơi em- của- lòng- anh!).

Hôm nay em mặc áo xanh, màu của vầng trăng đầu tháng. Ngày mai em mặc áo trắng, thơm lừng mùi dạ lý hương...

Có thể áo em gió vờn khi tóc em cầm lược chải. Có thể áo em nhìn lại: một màu muôn thuở thời gian. Nghĩa là có tím có vàng, có khi nhạt nhòa sương khói...

Một mai mình về thăm Ngoại, em mặc áo bà ba nhen. Thường áo bà ba màu đen để hồng em thêm đôi má. Ngoại, dù không còn thấy nữa... thì em mãi mãi Quê Hương. Em mặc áo gì cũng thương, thương như là Ba thương Mạ, chiều chiều Ba nhìn sắc lá, Ba hôn Mạ kìa em ơi...

Anh nói gì em cũng cười, đẹp sao là môi em mọng. Cả biển trăng tình gợn sóng, cả biển trăng tình của ta! Em ơi có một nụ hoa đang vì em mà hoa nở, có con bướm vàng quanh đó, áo em xanh biếc trời xanh!

Ôi em yêu quý của anh, em mặc màu gì cũng đẹp, anh từ chàng trai khép nép bỗng dưng hóa một đại bàng!

Không Ăn Gian

Hôm nay vui quá nhỉ, sẽ nóng mà có mưa. Ở chỗ tôi thì chưa nhưng mây mờ chân núi.

Chỗ em, sao? Mưa tới? Em ngồi xe bus chưa?

Tưởng tượng chỗ em mưa... ướt tóc người con gái, tôi làm sao cho phải: Gửi em một cái ô? Mình đi dưới trời mưa, em nói đi, em lạnh!

Tưởng tượng mắt em ánh... một chút nào bình minh, đóa hoa nở giật mình: Thế gian có người đẹp!

Rồi vòng tay tôi khép ôm chặt một đời em? Rồi chúng mình bước lên bậc cấp đầu Đâu Suất?

Tưởng tượng em khuôn mặt rạng rỡ như trăng Rằm. Có em nên có trăng. Có em, Ba Mạ muốn...

Hoa đào chắc nở muộn, Xuân này sau cơn mưa... Hôm nay một ngày Thơ, tôi vì em mà sống!

Tôi vì em mà mộng Đất Nước Thuở Thanh Bình, em mãi mãi bình minh, trời phương Đông rạng rỡ...

Em ơi tôi đang nhớ em bước nhỏ em đường mưa, mình vẫn như ngày xưa, yêu và yêu bất tận!

Hôm nay trời không nắng vì em là Mặt Trời. Tôi làm thơ đem phơi bằng hơi thở em nhé!

Yêu em tôi hôn nhẹ từng ngón chân em nha! Không ăn gian đâu mà hỡi ngọc ngà yêu quý!

Lẽ Nào Đời Là Giấc Mơ

Khi trăng nằm trong mây
Không chắc là trăng ngủ
Mình yêu thương chưa đủ
Vì biển sông chưa đầy...

Anh muốn em đưa tay
Vén đám mây cho thấy
Vầng trăng như lửa cháy
Từ trái tim anh ra...

Anh muốn em là hoa
Cho hoa vì em nở!
Mỗi sợi tóc em thở
Từ mặt anh kề em...

Em ơi trăng đang lên
Và... màn đêm buông xuống
Tại sao mình gặp muộn
Để trăng chìm trong mây?

Bắt đền em đó thôi
Hỡi đôi môi buổi sáng
Tình Yêu không chạng vạng
Mà... Trời ơi em đâu?

Khi em băng qua cầu
Cầu Trường Tiền muôn nhịp
Anh theo em không kịp
Và... anh mất em sao?

Hỡi vầng trăng chiêm bao
Em là lòng xa lộ
Xe anh chạy trên đó
Gặp em cuối chân trời...

Anh hôn em ở môi
Anh hôn em ở mắt
Anh hôn em có thật
Hay... đời là Giấc Mơ?

May Mà Em Còn Nhớ Một Vầng Trăng

Không ai về thăm Quê Hương mà lòng không vui!
Anh hỏi thăm em nghe tiếng em cười
Không chỉ em mà còn của bà con cô bác
Tưởng tượng căn nhà giòn giã mùa Xuân!

Người đi xa đem về nụ hôn
Nở bùng lên thành nhang thành khói
Không ai sống đến muôn năm để chờ để đợi
Mẹ Cha trong bức hình còn mãi mãi dễ thương!

Anh hỏi thăm em, em nói cũng có buồn
(Đời dâu biển, sao không buồn cho được?)
Em thí dụ: Ngoại không còn ngồi hiên trước
Gió chải tàu cau, em nhớ Ngoại quá chừng!

Gió chải tàu cau... anh nghe em nói mà rưng rưng
Em nhắc Ngoại khiến lòng anh thắt lại
Ờ nhỉ nếu Ngoại còn thì vườn cau em ra hái
Trái nào ngon về khoe Ngoại phải không?

Anh hỏi thăm em về con sông
Về những con đò ngang đò dọc
Anh xin lỗi em đã làm cho em khóc
Em nghĩ anh buồn chuyện em đi lấy chồng xa...

Anh hỏi thăm em chuyện nước chuyện nhà
Em đáp lảng là em không để ý
Em chỉ nói trăng đây như trăng Mỹ
Em đang ôm trăng em thủ thỉ với trăng!

Không khéo mà anh sẽ còn hỏi lung tung
Rồi trăng rụng... làm sao em hốt?
Mười bảy tuổi em bỏ anh đột ngột
May mà em còn nhớ một vầng trăng!

Mặt Trời Lên Trong Sương

Mặt trời lên trong sương (màn sương mù rất mỏng), không phải vầng thái dương... mà là Trăng- Buổi- Sáng!

Đêm qua trăng chưa lặn / thì sáng nay trăng còn. Tôi muốn ôm trăng hôn... như hôn nụ hoa nở!

Hôn như... là hôn Huế, xưa rồi xa biết bao. Hình như ở chỗ nào, lòng tôi vẫn... Bến Ngự!

Lòng tôi thơm lừng gió, em vừa ngang ngõ sương. Trên đường em tới trường / sương mù theo lẽo đẽo...

Ước gì tay tôi níu / được tà áo em bay... Trăng Bến Ngự lung lay... ôi chòm cây thức giấc!

Một thời xưa tưởng mất / mà sáng nay hiện về... Tiếng gà trong lũy tre và sông Hương thơm lựng...

Mặt trời chưa có bóng. Sương mờ trên tóc em... Vén từng sợi tóc mềm, em có nghe tóc ướt?

Xa Huế mà xa được! Mấy nhiêu năm trong đời... Mấy nhiêu cuộc chuyển dời... Huế và em đứng sững!

Mặt trời rồi toả nắng, em rồi có tan không? Tôi hỏi đóa hoa hồng, vầng trăng cười, thương quá...

Mây Mây Mây Mênh Mông
Buồn Ơi Buồn Bát Ngát

Đêm qua mưa lắc rắc – lắc rắc là không nhiều. Sáng nay sáng như chiều, mây đầy trời ảm đạm...

Ngưu Lang đi hay nán bên tả ngạn Ngân Hà? Chức Nữ mở mắt ra, lệ chan hòa giọt lệ?

Đêm Thất Tịch ai kể cho ai nghe bây giờ? Dòng Hương Giang và thơ, thấy gì? Toàn nước mắt!

Trùng phùng rồi xa cách! Trời không có từ tâm cho nên đời muôn năm là biển sầu bát ngát!

Nửa vành trăng mờ nhạt treo giữa trời đăm chiêu. Trăng ban ngày buồn hiu, ôi tình yêu là vậy?

Em ơi lòng anh cháy, ngọn lửa của Tình Yêu? Lòng em ánh lửa chiều xém vàng chưa mái rạ...

Quê Hương xa xa quá với người về rồi đi. Hòa hợp nghĩa là gì, chỉ một đêm Thất Tịch?

Sáng nay trời tối mịt, nửa vành trăng lẻ loi. Nhánh sầu đông lạc loài, con quạ đứng run rẩy...

Những gì tôi vừa thấy... như một góc lòng tôi! Một góc cũng xa xôi... ôi vầng trăng buổi sáng!

Có lẽ tôi mơ sảng bởi em hoài sáng trưng? Mây mây mây mênh mông, buồn ơi buồn bát ngát...

Mỗi Đêm Trăng Ánh Trăng Vàng

Ngày đang xuống và chiều đang bay tới
Rồi hoàng hôn cũng sẽ tới sau chiều
Rồi đêm về...
Em, hai con mắt buồn hiu!

Tôi muốn hôn tóc em từng sợi
Nhưng tôi muốn em đừng như chiều, đừng bước tới
Sự trễ tràng nào cũng đợi chúng ta sao?
Tôi thấy em: hai giọt nước mắt trào!

Người ta yêu nhau... khi đi ngang qua Đình mới biết
Mái Đình kia ngói bao nhiêu, nào ai đếm hết!
Lá trúc trên Đình bao nhiêu lá là bấy nhiêu tình!
Sao mình không gặp lúc tuổi mình còn xanh?

Ngày đang xuống và chiều mong manh sắp tái
Dĩ nhiên em mãi mãi là người-con-gái
Anh đã thề chê hết thảy giai nhân
Dĩ nhiên mỗi mình em sinh vào mùa Xuân!

Xuân bất tái lai, nhưng riêng mùa Xuân Thôi Hộ
Năm nào cũng làm người ta nhớ...
Khứ niên kim nhật thử môn trung
Nhân diện đào hoa tương ánh hồng!

Em ơi anh muốn bồng em để vào từng hàng chữ
Chỉ mình em xứng đáng để anh nhìn anh ngó...
Mỗi chiều bên song cửa mây đùa
Mỗi đêm trăng ánh trăng vàng chan ngọn cỏ gió khuya khua...

Ảnh: Phạm Anh Dũng

Một Đêm Cũng Đủ Một Đời Muôn Năm

Người đi ngày một ngày hai
Vầng trăng buồn, nhớ, đứng hoài mái hiên!
Người à, cái bóng trăng nghiêng
Một ngày là mấy nhiêu đêm hỡi người?

Một ngày tôi chẳng là tôi
Mà hiu hiu gió mà người thì xa...
Người đi mang cả nước nhà
Cả ao rau muống, ruộng cà cũng mang!

Tại sao quên nhỉ áo vàng
Để đây cái ánh trăng tan... vì người?
Để đây tiếng dế kêu trời
Một đêm dài đủ một đời muôn năm!

*

Nhớ người, tôi vọc ánh trăng
Hái hoa bưởi với hoa bòng tôi hôn
Thương vì nhớ, nhớ vì thương
Trong tôi, người với Quê Hương, vô cùng...

Mùa Đông Trắng

Giấc ngủ mùa Đông, em đã ngủ! Một cành hoa trắng cạnh, nằm im. Mùa Đông, ngoài cửa, trời bay tuyết, tuyết đến chào em, đó, nhé em!

Lát nữa thì em đi với tuyết, giữa mùa Đông hoa vông, hoa vông vang. Chắc chi có nắng hoa vàng nhỉ, thôi trắng cũng đành một chéo tang!

Giấc ngủ mùa Đông, em, bất động, anh kề môi hôn, hôn như sương. Vầng trăng có lẽ còn trên núi, anh thấy mưa hình như sắp buông...

Anh thấy em và anh sắp xa. Anh nghe hoa cỏ bỗng dưng òa. Phần anh tiếng khóc trong lồng ngực, nhất định anh ghìm không cho ra...

Để em bình yên về cõi khác và anh bình yên chờ nay mai. Người đi bữa trước mình đi tiễn, đến lượt mình đi không có ai...

Thôi em bình yên về cõi khác, anh hôn bàn tay em dễ thương. Để cành hoa trắng cho ngay lại, cho kịp nhà thờ rung tiếng chuông...

Nói Chuyện Cùng Trăng

Đêm nay đêm trăng mồng Mười, mặt trăng chưa giống mặt người tôi mong. Lại buồn thêm nữa, đêm Đông, người xa không biết đang sông biển nào? Sông thì im? Biển thì gào? Tôi nghe có tiếng thì thào, gió chăng? Hay là tiếng vỡ của băng, của những tảng tuyết đang nằm trên non? Tôi nghe có cả tiếng buồn, tiếng sương nhỏ giọt trăng chờn vờn rơi...

Trăng à trăng ạ trăng ơi, trăng tròn như mặt một người, Rằm nha!
Năm hôm nữa, dưới hiên nhà, tôi treo đèn đợi, kết hoa, trăng về...

Nhìn trăng chải mái tóc thề, nhìn trăng nhẹ bước trên lề cỏ xanh... Trăng là vàng, ngọc, long lanh... Trăng là yêu quý Trời dành cho tôi! Lòng tôi tha thiết, nói hoài, chẳng riêng trong một mồng Mười đêm nay. Trăng có khi khuyết, khi đầy, tình tôi một trái tim này, thưa Em!

Nói Chuyện Với Trăng

Trăng kia trăng đó của ai? Lòng tôi cứ nhớ trăng mai trăng chiều. Trăng buồn hay gió buồn hiu? Có con vạc mới bay vèo bóng trăng...

Có con cá quẫy dưới sông, nhìn lên tôi thấy trăng bồng bềnh trôi. Hình như trăng không thấy tôi, tương tư trăng mãi không rời đỉnh non!

Vầng trăng không ai tô son, không ai nói chuyện vuông tròn ra sao. Chỉ bông bùm bụp bên rào thương trăng mà nở ra màu của trăng...

Trăng à tôi mời trăng ăn với tôi cái bánh đêm Rằm Trung Thu. Mỹ Tho đèn tỏ đèn lu, mây che trăng có đèn dầu cũng vui...

Nhiều khi nghĩ trăng mồ côi, thương trăng chi lạ, đứng ngồi chẳng yên. Chú Cuội lúc đó ngủ quên đâu hay trăng khóc mưa nghiêng cánh rừng...

Tôi mơ mình có trời Xuân, làm mây tôi sẽ bay bồng trăng bay... Bay về Bắc bay về Tây, về Nam rực lửa, Đông đầy tuyết sa...

Nhìn trăng tôi tưởng đóa hoa. Tôi hôn hoa nở vườn nhà, hôn em!

Nón Em Nghiêng Nửa Chiếc,
Nửa Chiếc Che Mờ Trăng...

Không chắc gì ngày sau giống như ngày hôm trước!
Những điều ta mơ ước chỉ có trong đời xưa.
Mà hồi đó ta chưa... sinh ra đời em ạ.
Hồi đó mặt trời lạ nên có nhiều kỳ quan...

Con gái đi đò ngang, con trai đi đò dọc
Con sông đầy nước mắt nếu người ta lạnh chân!
Con gái như mặt trăng, trăng khi tròn khi khuyết.
Con trai như bông tuyết, tụ đó rồi cũng tan...

Em hãy nhìn hoa vàng, nhìn lại áo em mặc
Em nhớ không Đà Lạt những đồi hoa quỳ vàng...
Anh thường thức đêm trăng, thấy màu trăng cũng thế
Nhớ Đinh Hùng thủ thỉ: "*Có Người Thiếu Nữ Đẹp Như Trăng!*"

Trong đời anh, Giai Nhân, chỉ có Em, là Một.
Anh làm thơ, và đốt, thơ bay về ngàn xưa...
Ngồi với ông lái đò, bến sông chiều đã muộn
Cùng chia ly rượu, uống, uống cạn rồi... Chia Ly!

Con thuyền neo, không đi; con ngựa thì cất bước
Chuyện đó ngàn năm trước, chuyện ngàn năm cô đơn!
Cảm thông là giọt sương bỗng sa vào con mắt
Chuyện gì trong mai mốt... chắc không giống bây giờ!

Cầu Trường Tiền như mơ, người theo người không kịp
Nón em nghiêng nửa chiếc, nửa chiếc che mờ trăng...

Nhìn Em Bây Giờ Đôi Mắt

Em chụp hình khuôn mặt, gửi cho anh đôi mắt, thương quá đỗi là thương – Em, một em- thương- nhất!

Anh làm thơ... như thật vì em trước anh mà! Hai đứa mình không xa... Anh thấy em đôi mắt!

Ai nói người cách mặt thì cũng sẽ xa lòng. Anh thì nhất định không, em trong lòng anh mãi.

Con mắt em bên phải, nhắm lại đi, anh hôn! Con mắt trái mở tròn... cứ nhìn anh mắc cỡ...

Anh nói vì anh nhớ, tại sao mình cứ xa? Trong đất trời bao la em là trăng, sao, nhé!

Nếu đời đừng dâu bể, thì cuối biển đầu non, em không là sao Hôm, anh không Sao-Buổi-Sáng!

Những ngày trăng chưa lặn... Em ơi em là trăng! Hai cánh tay anh dang... mà chim trời không đậu!

Trăng nằm trên cây gạo, trăng nằm trên cây si, trong vườn, anh bước đi, trăng nằm trên hoa nở...

Em ơi anh rất nhớ, anh nói gì với em? Nói hoài vẫn nói thêm... nói với hai con mắt!

Em là người xinh nhất, mình gặp nhau bao giờ? Không lẽ chỉ trong Thơ? Không lẽ chỉ trong mơ?

Nếu bây giờ mà mưa, đôi mắt em chắc ướt? Hàng lông mi em mượt chắc nằm trên môi anh...

Ở Đâu Trời Cũng Huế

Chiều tím lá vàng bay
Trời mây như lấp đầy
Dòng sông trôi lặng lẽ
(Tôi nói với ai đây?)

Trăng hạ huyền chưa hiện
Ai hiện trong lòng tôi?
Có thể em bật cười:
"Anh nói gì ngộ vậy?"

Em cuối trời cũng thấy
Chiều tím lá vàng bay?
Và... em đang để tay
Chỗ nào... anh cũng biết!

Có thể em nhắm riết
Hai con mắt sầu mơ
Có thể em ngẩn ngơ
Hai bàn tay quờ quạng...

Chiều còn chút ánh sáng
Anh thấy má em hồng
Anh thấy môi em hồng
Anh thấy gì nữa nhỉ?

Anh thấy em vẫn Huế
Nói nhỏ nhẹ như ru:
“Tại sao vầng trăng Thu
Là vầng trăng đáng nhớ?”

Trăng hạ huyền như nhỏ
Vừa vòng tay em ôm?
Trăng giống như nụ hôn
Anh hôn em tới sáng?

Lá vàng bay như lượn
Chiều tím chiều tím ơi
Anh gọi em cuối trời
Mây giăng mờ cửa Thuận...

Ơi Con Mắt Em Hai Mí

Con ngõ vào nhà anh không dài mà thăm thẳm tại nhớ em nhiều lắm một chút đường cũng xa? Một chút trời bao la hỡi ơi buồn trong mắt từ khi em bằn bặt con sông như hẻm này...

Hai câu trên thật hay! Không có dấu chấm phết giống như người ta chết ai nhớ ngày Thanh Minh? Con chim đứng một mình, nó mồ côi tội nghiệp! Thẳng băng đường dây thép, con chim đậu cô đơn!

... Và đóa hoa ngậm sương nở trong vườn tĩnh mịch. Con chim hummingbird xoay cánh hút nhụy, bay... Và bắt đầu một ngày, anh tả cảnh như vậy, nhớ năm em mười bảy, đời anh đã buồn hiu!

Thơ anh có nhiều chiều bắt đầu từ buổi sáng, từ lúc trăng... chạng vạng một đời anh hoàng hôn! Em ơi em chắc buồn, anh nói trăng-chạng- vạng? Anh hay thơ lãng mạn? Thơ hay anh lan man?

Tưởng tượng con ngõ vàng em về hoa đua nở... Một kiếp sau ngờ ngợ hình như từ rất lâu? Em đứng chi bên lầu Phu Văn Lâu ảm đạm, Huế một ngày không nắng, con sông Hương cứ trôi...

... Và, tất cả xa xôi! Thuyền trăng không về kịp. Từng ngày qua, qua tiếp... Hoa bắp lắt lay bay, bụi phấn mờ chân mây... Chân mày em sao nhỉ? Con mắt em hai mí nhấp nháy, hay vì sao?

Rồi Phấn Bay Đi Hương Nhạt Nhòa

Phải chi tôi giấu lòng tôi được: "Tôi chẳng yêu em, dẫu một lần!" Trời ạ, gió trăng thì có sẵn, lòng tôi như vậy... để ăn năn? Em đọc thơ xưa, Hàn Mạc Tử, vì sao ôm Nguyệt chết đìu hiu? Người thơ không có ai tâm sự, nói chuyện cùng trăng... sống để yêu!

Yêu một bờ tre, một mặt hồ. Yêu ngay cả một nhánh cây khô. Chỉ trăng, vàng ánh trăng vàng vọt vẫn đẹp vô cùng vạn giấc mơ!

Em ạ, ngày xưa Hàn Mạc Tử... tội gì mà chết? Tội yêu trăng! Trăng nằm sóng soãi trên nhành liễu, lộ cái khuôn vàng chưa kịp hôn?

Em ạ, ngày xưa chàng Lý Bạch, vì sao mà bỏ cảnh phồn hoa? Yêu trăng đến nỗi chìm trong nước! Sông chở trăng về mô Bến Trăng?

Em bỏ tôi về... một bến sông, hồi xưa em đẹp má em hồng. Cau làng Nam Phổ em thôi hái để Ngoại mỗi chiều nhặt nhớ nhung...

Tôi vẫn mỗi chiều lưng tựa núi nâng niu cây súng bắn ai đây? Bắn mình? Tự sát cho trăng khóc, cho biển năm châu lệ rót đầy?

Em ạ, tôi mong mình ngã ngựa, em còn nghe tiếng hí trên non... Một hôm nào đó em về Huế hái một cành hoa nhớ phấn hương...

Rồi phấn bay đi, hương nhạt nhòa... Trời ơi em giữa cuộc phong ba, em đơn độc giống tôi đơn độc, và một vầng trăng mấy xót xa?

Sáng Nay Tôi Ra Vườn

Sáng nay, tôi ra vườn hái nụ Bình Minh, ngắm. Trong nụ hoa có nắng; ồ không! Đó màu trăng!

Sáng nay, tôi bỗng dưng hái được Trăng, một đóa. Ôi vầng trăng cao cả đang nằm trước tim tôi!

Dĩ nhiên đóa hoa cười và đóa trăng cũng thế! Trăng đẹp không sao tả. Tôi hôn trăng, hôn hoa...

Buổi sáng, nắng mượt mà hay tóc trăng ai chải? Tôi hỏi đi hỏi lại, ai bình minh nhớ thương?

Sáng nay tôi trong vườn, em – hoa – trăng, là một... mà hai chữ Hạnh Phúc cũng là một, Niềm Mong!

Chắc em đang thong dong đi ra chờ xe bus? Tiếng chim nào mới hót, tôi gọi em hay chim?

Tôi gọi em, gọi em, gửi lời chào buổi sáng, gửi màu trăng đang tản theo màu áo em bay...

Em ơi trên đời này, em của tôi duy nhất. Như con ong làm mật, thơ tôi làm cho em!

Những bài thơ, em xem. Đâu có bài nào dở! Bởi vì em- muôn-thuở là Trái Tim Của Thơ!

Tất Cả Sông Đều Nước Chảy Xuôi

Ngày hôm nay em đi tới đâu? Tới đâu thì vẫn chỗ giang đầu! Chao ôi đầu, cuối, con sông lạ, tất cả sông đều thương nhớ nhau!

Tất cả sông đều nước chảy xuôi, chỉ riêng nước mắt ngược lên trời! Hỏi em, chim mới vừa dang cánh, không biết nó buồn hay nó vui...

Chim bay ra đồng hay vườn hoa. Chim đi đâu cũng tối về nhà khi hoàng hôn xuống khi nhen lửa gió thoảng qua và khói thoảng qua...

Nghe khói mùi thơm nhớ tóc em, chừ anh đang nắng, nắng vừa lên; một ngày mới nữa chưa nhiều lắm mà nhớ em nhiều nhớ chẳng quên!

Trăng đêm qua còn lung linh mây. Em ơi trăng tròn rồi trăng gầy, dáng em bước nhỏ đường quang đãng, gió nhẹ em lùa cho tóc bay...

Ngày hôm nay em chơi vui nha! Anh đi ra mở cổng vườn hoa, ôi em áo lụa vờn qua ngõ, mới đó bây giờ em đã xa...

Tiếng Lòng

Cái nóng hôm nay hứa hẹn rằng: trời đêm nay sẽ một trời trăng... Trăng là Hạnh Phúc người ta nghĩ, là cảnh yên bình rất dễ thương...

Bạn tưởng tượng nghe: trăng xuất hiện, có con thỏ trắng chạy ra mừng – Từ trong hang nó ra chầm chậm, đôi mắt nó đầy trăng sáng trưng...

Bạn tưởng tượng nghe: tôi sắp nói một lời gì đó chẳng vô duyên... bởi vì có bạn, đời tôi khác, tình yêu là... trời biển mông mênh...

Đêm nay Mười Bảy, trăng khuyên khuyết, con thỏ ăn trăng đó bạn à! Trăng sẽ khuyết thêm nhiều tối nữa, còn trăng một chút vẫn bao la!

Còn em một chút, lòng tôi biết mình vẫn còn yêu đến giọt sương. Nghĩ tới người yêu tôi thức trắng biết bao đêm nhỉ ở biên cương!

Nói được cùng em những tiếng lòng, nắng hôm nay chỉ... nắng bên sông. Kìa con cò trắng vừa dang cánh, che mát đời em đó phải không?

Tưởng tượng đêm trăng, tôi tưởng tượng em vừa ra đứng giậu mồng tơi: nhà nàng cách trở nhà tôi chỉ... một giậu mồng tơi... muôn biển khơi!

Tôi Uống Trăng Và Trăng Uống Tôi

Tôi biết chớ đêm nay trăng bắt đầu trăng khuyết! Trăng thượng tuần đã tuyệt, trăng hạ huyền vẫn xinh... Vì trăng ... trăng-của-mình!

Tôi ra sân đứng rình, trăng lên kìa, ngoài ngõ. Con chó nhìn trăng sủa, tôi nhìn trăng, làm thinh... vì trăng trăng- của- mình, cảm ơn trăng đã hiện!

Nói hiện là có biến (Phật nói Sắc tức Không). Tôi có lẽ... sắp khùng, bởi vì yêu trăng quá. Trăng giống như người lạ... mình chợt gặp ngàn xưa, trăng diễm tuyệt như mơ...

Nhiều đêm mơ, tôi tỉnh. Nhìn ra trời trống vắng. Trăng thượng tuần tà rồi... Nhiều đêm tôi chơi vơi, trăng hạ huyền chưa mọc. Cả khu vườn còn thức chờ trăng, như tôi chăng? Tôi lấy chổi quét sân tìm trăng từng chiếc lá...

Có đêm, tôi buồn quá. Trời mưa trăng không về. Cơn động đất mới vừa... chắc làm trăng biết sợ? Phải chi có dây nhợ tôi buộc trăng với tôi... Trăng với tôi sẽ ngồi bên nhau thơ thủ thỉ, bên nhau cạn trời bể... tàn trăng, tôi bay đi...

Nhớ quá những lùm tre bên con suối róc rách. Nhớ quá thời đánh giặc, tôi ôm trăng poncho trải bên những nấm mồ nhấp nhô sầu thế hệ, tôi uống trăng giọt lệ, trăng uống tôi máu tươi...

Tôi gọi Trăng Trăng Ơi tôi gọi Trăng Trăng Ơi. Dòng sông Hương thăm thẳm. Quê Hương mình xa lắm. Tôi nhớ người hay trăng?

Trái Tim Người Vĩnh Viễn Là Trăng

Trăng chỉ một!
Một vầng trăng Duy Nhất
Mà đường xa, muôn dặm đường xa
Cứ tưởng trăng chia hai, chia ba
Trăng in gối chiếc, trăng qua muôn trùng!

Trăng đêm nào cũng mọc phương Đông
Và lặn ở phương Đoài thăm thẳm
Người nhớ người, nhìn trăng nhớ lắm
Người thương người muốn cắn trăng thôi!

Thuý Kiều – Thúc Sinh vầng trăng chia đôi
Trang tình sử đời sau viết tiếp
Có nhiều đêm trăng hiện về không kịp
Người ta nghe tiếng mưa tỉ tê...

Buồn là lúc phân ly
Vui là khi tái ngộ!
Hãy ôm chặt nha, một vầng trăng nhớ
Hãy nói với nhau: Mình còn nợ muôn đời!

Bóng ngựa phi qua đồi
Tiếng kêu còn rớt lại
Giống như màu trăng trên môi tê tái
Sẽ là nụ cười mình giữ cho nhau!

Có khi mừng vui nước mắt cũng trào
Phi trường Tân Sơn Nhứt ướt vì trăng đó!
Tiếc Mẹ Cha đã nằm dưới mộ
Lòng đậm thêm chữ Nhớ chữ Thương!

*

Người đi tu dứt khoát Vui Buồn
Mình không đi tu nên mình còn nước mắt
Nước Cam Lồ từ bàn tay của Phật
Cũng chỉ là Nước- Mắt- Của- Tình- Yêu!

Anh nhớ em, anh đợi trăng chiều
Anh yêu em, anh cài trăng buổi sáng
Người ta có thể đập nát từng hòn đá tảng
Nhưng trái tim người vĩnh viễn là trăng!

Trăng Bình Minh

Sáng hôm nay không sương. Nắng hôm nay rực rỡ. Hoa và hoa đua nở, hoa như trăng bình minh!

Sáng hôm nay hữu tình nên thấy người hữu ý: cô láng giềng người Mỹ gặp tôi cười hello!

Tôi nâng một cành hoa, gửi cho nàng ánh mắt. Chao ôi điều có thật: nắng muôn phương một trời!

Chúa Nhật phố đông vui, chuông Nhà Thờ lảnh lót, hốt được chắc tôi hốt tung lên cho giòn thêm...

Em ơi em à em, tôi gọi bằng tiếng Việt bởi lòng rất tha thiết một người xa rất xa...

Sáng hôm nao quê nhà – một thời xưa xưa lắm – cũng một ngày rực nắng, Đà Lạt vàng hoa quỳ...

Sau đó thì chia ly. Sau đó thì chia ly. Sau đó thì chia ly. Sau đó thì chia ly...

Bỗng dưng tôi muốn khóc, niềm ước mơ hạnh phúc, chẳng qua nắng buổi chiều, rực lên rồi tắt ngúm!

Sáng hôm nay chưng hửng khi lòng tôi chợt buồn. Mặc dù trời không sương cỏ vẫn còn nước mắt!

Người hàng xóm đi khuất để bờ giậu hoa vàng. Tiếng chuông Nhà Thờ vang, trăng bình minh tản mạn...

Em ơi anh hốt nắng tung về em... Việt Nam!

Ảnh: Phạm Anh Dũng

Trăng Cười

Có trăng chiều không em?
Đố em!
Em thưa rằng Có!
Chỉ con tim...
Ôi trăng ở đó, anh nào biết mà bấy lâu nay cứ mãi tìm!

Em nghiêng má
Và... anh hôn đi!
Trăng chiều em giấu ở trong mi.
Khi em nhắm mắt... Ồ trăng sáng
Anh hôn trăng, và
Em ngủ mê!

Nếu mỗi ngày, cứ mỗi buổi chiều
Trăng là định nghĩa Một Tình Yêu
Thì càng thêm hiểu câu Trăng Mật
Thì bão dông đời ta không xiêu!

Ôi em yêu kiều em tuyệt vời
Con trăng chiều trong mây mây trôi
Con trăng dững mãi trong lồng ngực
Anh hôn em, và
Con trăng cười!

Trăng Vàng Mướt Con Sông

Ngày Rằm mưa tí xíu
Đêm Rằm trời rất trong
Trăng vàng mướt con sông
Nhớ ơi vô cùng nhớ...

Đây không có cổ độ
Không có thuyền nhấp nhô
Nhưng trên bờ vi lô
Có ai kìa thấp thoáng...

Tôi vẫn lòng mê sảng
Trôi nổi lòng Mê Cung
Tưởng tượng ai bên song
Tóc thề trăng chải mượt...

Tôi gọi trăng là Nguyệt
Tôi gọi đêm Dạ Hương
Hình như ai viễn phương
Cũng tha hồ tưởng tượng?

Trong tình yêu vô lượng
Trong nỗi nhớ vô bờ
Tôi nghĩ tới con đò
Con đò đang rẽ sóng...

Trên con sông xao động
Trong lòng tôi không yên
Tôi nhớ em, thưa em
Tôi nhớ em, thưa Em!

*

Mưa ban ngày tránh đêm
Để Trung Thu thật sáng
Để lòng tôi lãng mạn
Trăng tràn suốt hành lang...

Trăng Trưa

Có bao giờ trăng giữa trưa?
Bao giờ không nhỉ giữa mùa mà Xuân?
Em vừa hiện đó phải không
Ôi em thương quá giữa lòng anh vui!

Mắt ai cũng có một đôi
Mắt em hai mí... như trời hai phương
Một trời biết bao nhiêu thương
Hai trời cộng lại Âm Dương nồng nàn...

Có bao giờ giữa Hương Giang
Thuyền em đứng lại nắng vàng như hoa?
Anh yêu em, phải nói là:
Nhiều hơn cái lúc Mạ Ba gật đầu...

Một dòng xanh mấy niềm sâu
Chợt nghe gió lạnh từ đâu thổi về
Giật mình sương rụng trên đê
Người- đi- rồi- chẳng- thấy- về... chao ôi! (*)

Thơ Hoài Khanh, chẳng phải người
Nào ai đi lấy chồng rồi luyến lưu:
Bảo anh phu trạo ngưng chèo
Bảo thuyền ngược lại bến chiều khói lam...

Trăng trưa... là chuyện mơ màng
Tôi làm thơ để cho nàng ru con!
Coi như trái đất cứ tròn
Trái tim tôi có khuyết mòn, kệ tôi!

(*) Trọn một bài thơ của Hoài Khanh, tựa đề: Sông Cà Ty

Trời Vào Thu

Trời vào Thu có khác, buổi sáng thấy buồn buồn, những con chim trong vườn im lìm không tiếng hót, chỉ nghe sương nhỏ giọt lạnh lùng và lạnh lùng. Tiếng chuông Chùa boong boong nghe như trăng rớt rụng... Nước êm không tiếng sóng, dòng sông lặng lẽ trôi...

Tôi gọi khẽ, em ơi, anh nhớ em rồi đó. Bây giờ em còn ngủ hay thức dậy nhìn sương? Trong cuộc sống tha hương, đã mấy mùa Thu nhỉ? Người đầu non cuối bể, nhớ nhau, còn chút thơ...

Anh làm đã xong chưa bài thơ cho em đọc? Trang giấy đầy hàng dọc, trang giấy đầy hàng ngang, lát nữa con bướm vàng có về trong thơ, đậu? Những bài thơ em giấu, tuổi hồn nhiên, còn đâu! Ngang sông Hương mấy cầu mà anh nhớ chỉ một, buổi sáng em đi học, buổi trưa em tan trường, mỗi nhịp cầu – nhịp thương; sáu vài cầu - vạn nhớ. Ôi vườn cau Nam Phổ ôi Huế của ngày xưa...

Sáng nay sương mờ mờ, em là mặt trời sáng, bóng trăng đêm qua, tản, tan kìa, sương tan tan...

Vầng Trăng Ai Xẻ Làm Đôi

Đêm nay, đêm mồng Tám
Còn tuần nữa Trung Thu
Cuối chân mây mờ mờ
Giữa trời trăng vẫn sáng...

Đường xa chân chưa nản
Lối về sao mênh mang?
Tiếng dế mèn kêu vang
Ngựa bên đồi không hí!

Tuổi nào ta tráng sĩ
Nay nghe lòng nản lòng
Cúi vọc nước con sông
Đắp mặt mình trăng vỡ...

Trăng trên trời một nửa
Buồn trong ta nguyên buồn
Ta nhớ lắm Quê Hương
Sao bây giờ Cố Quận?

Hỡi đêm trăng mồng Tám
Còn tuần nữa Trung Thu
Đèn kéo quân giong cờ
Ôi giấc mơ Minh Nguyệt!

Ta từ tóc xanh biếc
Bây giờ vàng ánh trăng
Bây giờ em cố nhân
Bây giờ ta lãng tử...

Bây giờ trăng viễn xứ
Nhật mộ lòng hoang vu
Ta chưa nói tạ từ
Sao Mẹ già không đợi?

Ai cùng ta đi tới
Bóng cờ lau xa xăm
Các em của ta chăng?
Đèn kéo quân hăm hở...

Thời bọc thây da ngựa
Thời gió mát trăng thanh
Sau lưng ta lạnh tanh
Sau lưng ta vắng ngắt...

Trăng rớt đầy con mắt
Một nửa trăng, trăng ơi!
Ta đang ở xứ người
Trăng về đi, gối chiếc...

Vầng Trăng Duy Nhất

Có một vầng trăng mọc giữa ngày
Chuyện bình thường đó chẳng ai hay!
Mặt trời che khuất màu trăng sáng
Trăng hóa ra màu hoa cỏ cây...

Trăng hóa ra màu mây trắng bạc
Đại dương gợn sóng giỡn đùa trăng
Chân trời, em ngó đi, em ngó
Em thấy trăng kìa, một mỹ nhân!

Ôi Mỹ Nhân Hề Thiên Nhất Phương?
Xa xa kia có phải Thiên Đường?
Nếu là đúng đó, mừng trăng nhé
Trăng của lòng tôi – trăng mến thương!

Trăng của lòng tôi, của thế gian
Đêm đêm bồng bế ánh trăng vàng
Nào ai không thấy lòng êm ái?
Không thấy Tình Yêu chan chứa chan?

Nói chuyện cùng trăng, tôi nói thầm
Hình như tôi nói với trăm năm
Với ai, dù chẳng ngồi bên cạnh
Thật chẳng ai... ngoài em, cố nhân!

*

Có một vầng trăng mọc giữa ngày
Vầng trăng duy nhất, chẳng hề hai
Dù soi bóng nước, trăng là một
Dâu biển thế nào, trăng chẳng phai!

Tôi nói với em như thế đó:
Lòng tôi nguyên vẹn bóng trăng thề!
Em đi mấy bữa, khi về lại
Con mắt trăng vàng mỗi lá tre...

Vớt Trăng Buổi Sáng

Mùa Đông mùa Đông trôi trên sông. Bình minh bình minh thương vô cùng. Mặt trời ai vỗ tan cùng nắng. Mặt nước ai đùa không thấy trong?

Mùa Đông Huế bay sương trên đầu, trên hàng cây buồn cây sầu đâu. Em chải tóc sương, sương chẳng rụng, sợi nào ướt đẫm khăn nào lau?

Mùa Đông Huế xưa xưa bao giờ? Bao nhiêu đời Vua, bao nhiêu Vua, cung đền miếu mạo xây còn đó... Còn đó phơi lòng với nắng mưa!

Ta cũng phơi lòng trong nắng mai. Con sông Hương xanh xanh trôi dài. Nơi nào sâu nhỉ, nơi mô cạn? Trong khoang thuyền kìa em bên ai?

Hồi em mười bảy ta không ngờ ta xé lòng ta từng phiến thơ! *Nhất phiến tài tình thiên cổ lụy!* (*) Câu thơ xưa nằm trong giấc mơ...

Ta phơi lòng ta phơi khăn điều. Nắng mai hôm nớ lạnh như chiều. Chiều sương như sáng mùa Đông cũ, trời đất mờ không nhạt chữ Yêu!

Mùa Đông mùa Đông mùa Đông trôi. Con trăng xưa nằm nguyên trên đồi. Núi Ngự Vua nằm, ta đứng ngắm, ngàn năm ta yêu yêu em thôi!

Ôi một câu thề ta để lại. Mùa Đông mùa Đông không xa xăm. Sáng nay ta ngó bình minh vỡ, ta vớt lên còn mấy mảnh trăng...

(*) Thơ Phạm Quý Thích tặng Nguyễn Du

Ai Biểu Em Giai Nhân Cho Lòng Anh Bát Ngát

Sáng nay, anh chưa nói
Với em một tiếng nào
Ít ra một tiếng chào
Good Morning Người Đẹp!

Sáng nay trời như khép
Cánh cửa bình minh rồi
Anh chờ giọt mưa rơi
Xuống đóa hoa mới nở.

Hoa vẫn đẹp rạng rỡ
Dù ngày rất âm u
Bốn mùa, Xuân, Hạ, Thu
Và Đông, bình thường, vậy!

Nhìn lại em, anh thấy
Một nụ hoa sắp cười
Một ngày mới nữa, thôi
Em, muôn đời vẫn đẹp!

Em nhắm đôi mắt biếc
Hèn chi sáng nay còn
Bóng trăng nằm trên non
Và cơn mưa sắp tới...

Anh nhủ lòng khoan nói
Với em một tiếng chào
Nghĩ em chắc chiêm bao
Thấy anh ngoài muôn dặm...

Chúng mình còn xa lắm
Lời nào cũng đóng băng
Em cứ nằm nghiêng lưng
Ngủ đi! Trời chưa sáng...

Ánh trăng nằm trên trán
Của em, mà xa vời
Biết chừng nào biển vơi
Cho thuyền về bến nhỉ?

Em ơi hai Thế Kỷ
Và muôn năm cũng bằng?
Ai biểu em giai nhân
Cho lòng anh bát ngát...

Ai Biểu Em Là Vầng Trăng Trước Ngõ

Hơn một lần em bảo tôi: "Anh quên đi Đà Lạt". Hơn một lần tôi đã lắc đầu "không". Nếu quên Đà Lạt, tôi quên những đóa hoa hồng, quên hoa đã vì em mà nở!

Hơn một lần mặt em hớn hở bởi vì em là Huế của anh thôi! Dĩ nhiên em vui vẻ, em cười: Đà Lạt / Huế, một Hoàng Triều Cương Thổ!

Tại Ba làm công chức, Huế Ba phải bỏ; tại em là con của Ba thì em phải theo Ba. Em không được sinh ở đây mà em được sinh rất xa – em thành Đà Lạt, đố mà anh quên đó!

Ờ mà nhỉ... nếu anh đừng lỡ / bước tới đây, anh đâu có gặp em! Tình trong như đã... mặt ngoài làm duyên, em như vậy, em hồi mười bảy!

Chuyện nước non mình một thời nát bấy. Em học trò. Anh vào lính. Vô duyên. Anh không ngờ em bỏ học xuống thuyền. Anh không ngờ anh hành quân không trúng đạn!

Anh yêu em, yêu với một lòng lãng mạn, anh làm thơ cho Đà Lạt dễ thương, làm thơ cho em dù anh biết anh không còn / cô bé học trò tóc thề thơm gió núi...

Anh nhủ lòng anh: Yêu Thương Không Có Tội. Lý Bạch từng yêu trăng và chết bởi trăng! Anh yêu em, yêu Huế ngàn năm. Anh yêu em, anh yêu Đà Lạt, anh chấp nhận ngồi nghe em hờn mát: "em Huế cơ mà, anh quên Đà Lạt được không?"

Không! Thưa em, những nụ hoa hồng, anh đã nói vì em mà nở, vì em thôi, nghĩa là vì Huế đó... Anh bỏ trường xưa, anh bỏ nước nhà, anh không thể nào như ngọn gió bay qua...

... không dừng lại bờ môi em chút! Người ta sống ở đời, người ta mơ Hạnh Phúc. Anh cảm ơn em, Đà Lạt thơm tho, từng sợi tóc em anh nhớ tự bao giờ, em Đà Lạt mà lòng em rất Huế!

Anh rất ghét đôi môi em trễ. Anh rất ghét đôi má em hồng. Em nhìn kìa, mờ mịt núi sông, ai biểu em là vầng trăng trước ngõ...

Bài Thơ Tình Đẹp Nhất

Anh gửi em bài thơ, bài thơ tình đẹp nhất, tình của hai đứa mình. Anh gửi em trái tim, trái tim của em anh giữ từ lâu lắm.

Anh gửi em vòng tay thật ấm, ngả vào anh đi em! Ngả vào đi bóng trăng hỡi giang san tuyệt diễm của nơi tôi mơ đến thấy bếp lửa thanh bình, Mạ gọi Ba ơ mình, Ba không nói, làm thinh, Ba hôn Mạ tha thiết!

Lời nào rồi cũng hết để lời thành vô ngôn. Em ơi anh rất buồn sao mình xa hoài vậy? Đâu bếp hồng lửa cháy? Ôi rừng thông thơm ngo có bao giờ, bao giờ tôi nhặt từng chiếc lá kết dài đường muôn phương?

Lậy Chúa con yêu thương nói làm sao cho cạn hết biển hết sông này? Có phải chăng sáng nay con chim buồn quên hót? Có phải chăng mưa ngọt, ngọt như môi người yêu? Chúa ơi con muốn chiều nghe con trăng biết nói, lời thiết tha là gọi người xa xăm về mau...

Anh gửi em khăn lau tuyết trào trong đau đớn. Anh gửi em miếng cốm tháng Chạp trời xanh xao, Mạ già thêm mấy tuổi từ khi Ba mịt mùng? Em già thêm mấy tuổi từ khi anh vạch rừng đi tìm cây nấm ngọc? Em ơi sao em khóc trên bờ vai anh chi cho mây trắng bay về... mà anh không về nữa...

Ngày đi anh có hứa sẽ về với em thôi. Em hoa nở trên đồi, anh xa hoài viễn xứ. Hòa bình sao tắt lửa bếp tàn khói hoàng hôn... Em ơi mưa trong hồn, nhớ em từng giọt lệ, em cầm lên và xé trái tim anh giùm anh!

Bài Thơ Thời Tiết

Bạn tôi ở chỗ lạnh than thở lạnh từng ngày. Tôi thì ở nơi đây nắng chan hòa năm mới. Phải chi gửi nắng tới, cho bạn nhỉ, chắc vui? Ở đây mây thì trôi, vùng bạn tuyết cứ đổ, nhà bạn luôn kín cửa, nhà tôi mở, ai thăm?

Ờ nhỉ, cùng mùa Xuân... trong lòng hơn ngoài mặt. Mùa Xuân người xa cách, nóng lạnh là... bình thường? Còn nhắn nhau còn thương. Im lìm thì buồn lắm. Con người có tình cảm, theo bốn mùa dầy vơi... Ai khóc đó, ai cười, ông Trời đâu có biết!
Người chia nhau cho hết rồi còn gì để chia?

Bạn gửi chút lạnh về, tôi gửi lên chút nắng, núi ơi cao chi lắm che mặt trời, mặt người, nhớ nhau càng thêm nhớ... Tôi bụm tay hơi thở. Tôi bụm đầy mùa Xuân. Tôi bụm cả vầng trăng, sắp Nguyên Tiêu, nhớ quá!

Nhớ thời vượt biển cả, nhớ thời vượt rừng sâu, con trăng đứng trên đầu soi bóng cầu đứt nhịp... nhưng con người cái Nghiệp thì cứ nối đường xa... Bạn tôi mới nói mà – ở trên này rất lạnh. Tôi nhìn nắng lấp lánh, tôi thương bạn quá chừng...

Sáng, vung bút mấy dòng, làm thơ cho bạn đọc. Tối nay nhìn trăng ngọc, tôi gọi tên người ta. Em ơi đào nở hoa chỉ còn trong kỷ niệm. Những trang lịch sử tím, môi hồng em dấu xưa... Tôi cúi xuống, không ngờ, từng câu thơ đẫm lệ...

Biển Trăng

Có lượn sóng nào mà
Không vào bờ không nhỉ?
Sóng choàng nhau thủ thỉ
Trả lời cho tôi chăng?

Bãi cát trắng đêm trăng
Bỗng vàng như sắc nghệ
Dăm con còng nhỏ bé
Chạy lăng xăng, thương ghê...

Lúc đó sóng vỗ về
Đá chìa vai đón đợi
Ghềnh cao sóng không tới
Chỉ cào nhẹ dưới chân...

Tôi muốn đưa tay nâng
Sóng lên cao chút nữa
Nhưng sóng như mắc cỡ
Núp vào lượn sóng sau...

Từng lượn sóng xô nhau
Dạt dào chao ánh nguyệt
Sóng khác nào là tuyết
Bay miết trong đêm trăng...

Nếu sóng là giai nhân
Tôi vô vàn người đẹp
Hỡi em đôi mắt biếc
Biển của anh chừ mô?

Mắt em là biển thơ
Yên ba mờ nhân ảnh
Ôi một đêm biển tạnh
Anh nhìn sóng nhớ em!

Bốn Chữ Tên Người

Mùa này, Los Angeles không có hoa tím nở
Lạnh quá mà! Đang những tháng cuối năm
Hoa tím người ta trồng ở nghĩa trang
Vào mùa Hè nở buồn hết biết!

Còn tháng nữa thôi, Việt Nam mình Tết
Còn tháng nữa thôi nước Mỹ vào Xuân
Anh sẽ mua tặng em một bó hoa hồng
Lễ Valentine cũng là lúc đó!

Anh đã nói và chưa bao giờ anh lỡ:
"Hoa hồng vì em mà nở, em ơi!"
Cảm ơn em tươi thắm nụ cười
Đó, nụ hoa hồng đời anh muôn thuở!

Nụ hoa hồng là vầng trăng sáng tỏ
Là em thôi, cánh cửa của trái tim
Lần đầu tiên anh gõ rồi đứng im:
"Trên thế gian này không có ai xinh như người Đà Lạt"

Người Đà Lạt nói như là hát
"Thưa... Chào anh...", em còn nhớ hay quên?
Lúc đó trời trên đỉnh Lâm Viên
Mây trắng tụ đẹp như trời ở Huế...

Los Angeles này, mùa Đông anh kể
Rất xa xôi về một mối tình
Coi như là anh dừng bước phiêu linh
Mưa nắng Thần Kinh, màu hoa Đà Lạt!

Một mình em mà sao bát ngát
Những mùa hoa... hoa tím, hoa hồng
Ai khiến em mười bảy lấy chồng?
Ai khiến em quê người mình tái ngộ?

Anh sẽ đi mua một bó hoa hồng đỏ
Để cho em nhớ màu áo dài xưa...
Màu áo dài đỏ thắm trong thơ
Em nâng vạt thầm lau đôi mắt biếc...

Mỗi lần anh cầm lên tay cây bút viết
Bốn chữ tên em... một vệt chân mây!
Từ phương Đông mình đến phương Tây
Đường muôn dặm mình về trên giấy trắng...

Bốn chữ tên em
Một hàng thôi, mà nặng!

Bởi Em Là Ánh Sáng

Ngày đầu tuần, không gió. Hoa nở cũng hơi nhiều. Tôi trải chữ Tình Yêu trên thảm vàng trước ngõ...

Lát, em sẽ ngang đó, em bình minh hay trăng? Hỡi trăng vàng thương nhớ vương tà áo dài xưa, Dran vàng như mơ hoa quỳ vàng bên suối... Hỡi em, năm học cuối, mình xa nhau vì sao? Mình xa nhau, đi đâu? Trăng vẫn vàng trước ngõ, hoa vẫn vàng... nhớ thương! Lúc đó, anh Trường Sơn, em thì ra biển cả, hoa núp mình trong lá, mình núp mặt hai tay – hai bàn tay đầy mây... Hai bàn tay còn đây! Hai bàn tay ướt át mây và sương Đà Lạt, mây và khói K' Loon... Lòng nào nát như tương, lòng nào nương ngọn sóng? Chuông Chùa không còn vọng, hồi đó trăng ngẩn ngơ...

Sáng đầu tuần, bài thơ, tôi nhớ về quá khứ. Một quá khứ nào nữa cho thơ buồn tới mai?

Lát nữa, em ngang đây, ôi hoa vàng, anh đợi. Mặt trời cười hay nói, chào em, em hỡi em! Anh hỏi đóa hoa duyên, hoa quỳ thành thạch thảo mọc trên đá được sao? Những giọt mưa hôm nào lẽ nào đây giọt lệ...

Hôm nào vầng trăng xế thành trăng Rằm, không em? Ban ngày, anh nhắc đêm, bởi em là ánh sáng. Lòng anh là chạng vạng bao ngày anh vắng em...

Vạt áo dài bay lên, nhớ quá tà áo nắng. Ở với nhau không đặng, nhớ thương hoài nhớ thương... Hồi anh ở Trường Sơn, nhìn mây mà nói thế. Trước cõi đời dâu bể, trước bể dâu, nghẹn ngào...

Anh cũng nhớ cây đào Ba trồng cho em ngắm. Cũng nhớ khi gió lặng, Mạ mừng lá không rơi...

Buổi Sáng Mưa Bay Như Mơ

Sáng nay có điềm là lạ: khi không trời mưa lâm râm. Buổi sáng như vẫn còn trăng, bình minh vàng mờ ảo diệu...

Sáng nay nghe như thiêu thiếu, tiếng gì, ờ nhỉ tiếng chim. Có lẽ vì mưa quá êm, tiếng động bên thềm khe khẽ...

Nhớ quá tiếng bầy chim sẻ líu lo ríu rít hôm qua, nhớ nắng bình minh vỡ òa, nhớ cái mặt trời rạng rỡ...

Nhớ không chừng bao nhiêu đó! Em à, anh rất nhớ em! Anh nói về giọt mưa êm, anh nói bình minh ảm đạm, anh nói về trăng còn nán... Em là ngọn núi kia nha!

Anh là con bướm nhớ hoa bay về trên đầu núi đó... Ở đó anh sẽ thành gió cuộn em vào với mây sương. Chao ôi buổi sáng dễ thương, hôm nay hèn chi điềm lạ?

Tôi xếp con thuyền giấy thả, thả qua con sông- không- gian, thả qua mặt- biển- mơ- màng tìm lại tàn hương phấn cũ, tìm lại cái nhành liễu rũ nhớ em ngày em xuống đò...

Buổi sáng mưa bay như mơ. Buổi sáng bài thơ có ướt. Thoáng xa ai tà áo ngược tưởng trăng chấp cánh trăng bay. Chân mây mờ xa chân mây chân mây mờ xa chân mây...

Ảnh: Phạm Anh Dũng

Buồn Tình Tôi Nhớ Ca Dao

Trăng mười bảy, trải chiếu giường
Trăng mười tám, nám đống trấu
Trăng mười chín, nín một canh...
Ca Dao

Trăng mười chín nín một canh
Trăng lên, lúc đó cái cành cây nghiêng?

Trăng mười chín chắc chờ duyên
Như ai con gái chờ thuyền sang sông?

Đúng là tôi bỗng khi không
Nhớ trăng nghe nhói trong lòng cố nhân!

Từng ngày qua, mấy nhiêu năm
Hồi em mười bốn, mười lăm... qua rồi

Hồi tôi vượt suối vượt đồi
Cầm canh súng nổ rụng rời trăng khuya...

Tin em nhận được không dè:
Em từ biệt Huế! Em về Lâm Viên!

Mấy mươi năm nguyệt nhãn tiền
Ôm trăng tôi ngủ mấy miền âm u...

Em là Xuân, Hạ rồi Thu
Rồi Đông... rồi đã mịt mù núi sông!

Đêm nay mười chín canh chừng
Con trăng sẽ hiện và lòng sẽ đau?

Buồn tình tôi nhớ ca dao
Nhớ trăng sẽ mọc giờ nào... nhớ em!

Chín Nhớ Mười Thương

Em ban ngày, anh ban đêm. Mình là nhật nguyệt bên thềm lung linh. Khi không mà có cái hình, đi tìm cái bóng, đâu mình đâu ta?

Em là mình, ta là ta. Mình là hai đứa, mấy là một đôi? Bất ngờ một chiếc lá rơi, em ơi Thu tới, Thu rồi! Thiên Thu!

Anh lăn nhẹ trái mù u, trái tim lăn nhỉ, ai từ từ tan? Anh thôi, em nhé đừng nàng... để em thấy bụi bám bàn chân son!

Anh ngồi đỉnh núi đầu non ngó con trăng tắm ở cồn Lăng Cô. Bãi bờ lượn lượn sóng xô, con trăng trong sóng nhấp nhô thật tình...

Ước chi hai đứa chúng mình đứng trong gió thoảng trúc Đình vi vu... Mặc cho trời đã vào Thu, chúng ta vào chỗ trăng mờ hôn em!

Em là ngày, anh là đêm, cách nhau Mỹ Việt một thềm đại dương. Đúng là chín nhớ mười thương, nợ nhau một nhớ... sống còn nợ nhau!

Chuyện Hôm Qua

Hôm qua con nghịch Mẹ, đứt nút áo rớt bờ vai trần, tôi chợt nhìn rồi cũng chợt bâng khuâng: da em trắng như màu trăng, đẹp quá!

Không phải lần đầu tiên tôi thấy... lạ. Rất nhiều lần, mà... lạ vẫn chưa quen! Ai biểu em là em! Em yêu quý! Em là người duy nhất! Tôi từng hỏi tôi: *"Người mà mình yêu có thật... hay là người ở cõi Bồng Lai?"*. Tôi từng nghe tôi tự đáp lại hoài: "*Em là người tôi yêu, em là người có thật!*".

Nếu hôm qua, con không đùa nghịch và Mẹ cũng không đùa nghịch với con... thì làm sao? Trăng vẫn nguyên màu... Trăng vẫn nguyên màu trăng cổ tích? Trăng cũng là em, là da là thịt? Trăng vô tình mà hữu ý để anh thương? Trăng phúc hậu dị thường: trăng kia kìa, trên cửa sổ đang nhìn tôi đắm đuối!

Em ơi em tại sao em không hỏi: *"Anh yêu em hay anh yêu trăng?"*. Em ơi em tại sao em không ghen, có phải vì trăng... là Giai Nhân Nan Tái Đắc? Nếu em hỏi, anh sẽ trả lời rất thật: *"Em là Trăng mà Trăng cũng là em! Có khác chăng Trăng hiện trăng mờ... em thì, là Bài Thơ anh chưa bao giờ chấm dứt!"*

Em ơi em, em là men là mật: bờ vai em anh thấy đó, hôm qua! Bờ vai em, màu của thịt của da, màu bao bọc của trái tim vàng đá. Anh yêu em, yêu hơn tất cả những thứ gì anh sở hữu xưa nay, ngoại trừ Quê Hương anh để trên vai, anh gánh vác, anh gánh vác Quê Hương và Em, không mệt mỏi!

Em dễ thương ghê, em nằm yên để nghe anh nói, em kéo áo lên che bờ vai, em phúc hậu vô cùng!

Chưa Bao Giờ Em Hỏi

Em đâu có biết rằng tôi vừa ngó lên trăng – con trăng Rằm vành vạnh. Đêm Rằm này thật lạnh, trời đang trở mùa Đông! Em ơi em biết không tôi nhớ em ứa lệ, Quê Hương mình đẹp thế mà tôi nỡ đi xa, biết hai mắt có nhòa, màu trăng thì rực rỡ. Em đã làm tôi nhớ hai cây đào Ba trồng... Tôi nhớ em theo chồng sáng ngày Rằm tháng Chạp. Đà Lạt ai đó hát, "Ai lên xứ hoa đào..."

Em không hỏi tại sao – chưa bao giờ em hỏi, sao anh hay nghĩ tới một người trong giấc mơ? Em là con- đường- thơ tôi đi trong tiền kiếp, tưởng đã theo em kịp, thế mà tôi bơ vơ... Mạ đứng bên cổng chờ con Mạ tan trường muộn, con đường con dốc uốn lưng mình cong đi lên... Ô kìa ai như em, mờ mờ sương Đà Lạt. Áo dài em thơm ngát. Tóc thề em thơm hương những hoa bên vệ đường, hoa quỳ vàng giáp Tết. Mà em đâu có biết, tôi nhớ em chừng nào... Phải chi giấc chiêm bao vỡ òa cho tôi khóc!

Ôi con đò hạnh phúc băng ngang sông qua sông. Em đi để mùa Đông lạnh lùng cau vườn Ngoại. Nam Phổ chiều nắng quái, cháu gái Ngoại đi mô? Ngoại chớp mắt mơ hồ chỉ cuối trời mây trắng... Tôi nghe buồn nằng nặng như mưa thời Đơn Dương, mưa như sương đèo sương, mưa vấn vương áo lụa. Em không còn ở đó ngày mình tay nắm tay. Áo dài em gió bay che lòng tôi đắm đuối...

Yêu không có ngày cuối? Em ơi tóc thề, trăng, còn kia mà rưng rưng gió lùa khu rừng cũ. Đà Lạt tôi chôn giấu trái tim tôi Thiên Thu. Nào em có biết đâu, đêm Rằm tôi tội nghiệp. Em rồi tà áo khép, em rồi như chim bay... Chim xa rừng thương cây... nếu tôi là chim nhỉ?

Đêm Đông

Đêm. Cuộn mình trong chăn nhìn trăng bay theo tuyết. Nhớ em không nói hết, gửi theo trăng, tình xa...

Tuyết bay trên mái nhà. Trăng cũng bay trên đó. Anh ghét những ngọn gió làm trăng cuối năm bay...

Trăng bay trên ngọn cây, nhiều cây xanh còn lá. Nhiều loài cây ngộ quá, lá xanh mãi bốn mùa...

Anh nghĩ lá như thơ, như tình yêu thắm thiết. Không tình yêu nào chết, như tình nước tình non...

Không tảng đá nào mòn, câu đá mòn nước chảy, quả thật anh chưa thấy khi ngồi ở Cam Ly...

Nước ngàn đời chảy đi, Đà Lạt mình còn đó... Áo em bay theo gió. Gió... vừa bay ánh trăng!

Anh nghĩ em Giai Nhân, Giai Nhân Nan Tái Đắc, bỗng dưng mà nước mắt ứa ra tự bao giờ...

Nước non mình, giấc mơ! Bơ phờ khi thức dậy. Những tấm lòng nát bấy bay như trăng kia sao?

Tắm mát, ngọn sông đào. Sim chín, vào rừng thẳm (*). Ca dao, hay lời nhắn... cho những người tha hương?

Bây giờ mà Đơn Dương, anh lên đèo Ngoạn Mục, ngồi nhìn con trăng khóc bên góc trời biển xa...

Ở đó tuyết bay qua, tóc em buồn ai chải? Ai biểu em con gái... mười bảy tuổi, ngày xưa!

Mười bảy tuổi ai đưa em qua bờ bến lạ? Kìa, cây xanh còn lá, đa đa vỗ cánh bay...

Kìa, em vừa nghiêng vai, tóc thề buông rụng xuống. Xa nhau, không ai muốn, về với nhau... Thì thôi!

(*) Ca dao: *Muốn tắm mát thì lên ngọn sông đào, muốn ăn sim chín thì vào rừng sâu!*

Đường Trăng

Nơi anh đang ở và nơi em đang ở
xa bao xa em nhỉ con đường trăng?
Đêm hôm nay anh hỏi Nguyệt Rằm,
trăng mắc cỡ chun vào mây trốn mất!

Anh không biết hỏi ai cho ra sự thật:
Bởi cớ nào mà anh cứ nhớ em?
Trăng ở trên cao cho anh ngước nhìn lên
Nếu trăng là em, chắc là em ngó xuống?

Và em thấy lòng anh ước muốn:
Được gần em như những áng mây kia!
Không phải đêm Rằm anh mới thức tới khuya
Đêm mưa gió anh vẫn chờ em trên núi

Anh không đợi trăng lên anh mới hỏi
câu mới vừa: Mình xa bao xa...
Nơi em ở có lần anh đi qua
Nhưng hồi đó thì em chưa ở đó

Chỉ có trăng thôi, ngàn năm trăng ngự
Anh nhớ em gọi tên em là Trăng
Anh mơ ước mình xây được cung Hằng
rước em về ngàn năm anh hầu hạ

Tuổi của em sẽ xanh hoài như cây si xanh lá
và trái tim anh hồng đỏ giống hoa hồng
Mỗi mùa Xuân mình nhìn chim én liệng
vẽ những đường vòng từ khởi điểm đường trăng...

Nơi em ở bây giờ anh hết dịp đi thăm
Cái bóng xế đời người giống như trụ cờ biên ải
Cái đồn xưa anh cũng không bao giờ trở lại
thì thôi đành hiu quạnh một đường trăng!

Em À Đêm Nay Đêm Trăng Mười Bảy

Em biết mà em, đêm nay Mười Bảy.
Tuổi em Mười Bảy không phải năm này!
Còn kia hàng cây. Hai bờ lau lách.
Vầng trăng nguyệt bạch khuyết mất mấy phân.
Cõi đời phù vân từ em Mười Bảy!

Em ngó lên thấy vầng trăng phải không?
Tại em lấy chồng anh nhìn trăng mãi.
Em thời con gái mãi mãi muôn năm!
Anh nói với trăng, trăng muôn năm, đó!
Trăng nằm trên cỏ, trăng nằm trong tim...

Anh quá nhớ em tìm trăng anh ngắm.
Hồi lính, anh bắn, không hề bắn trăng.
Anh đói, không ăn sợ trăng sẽ hết!
Em ơi anh chết nếu trăng hao mòn...
Nếu trăng không còn...buồn anh nguyên vẹn!
Dẫu là lời hẹn gió đã bay đi...

Em tuổi Xuân Thì nhớ gì không nhỉ?
Dòng sông thanh thủy? Vầng trăng vàng mơ?
Em có nhớ thơ, Hoa Đào Thôi Hộ?
Đào nhà em nở, anh cũng có thơ...
Chuyện tình nào xưa cũng là tình đẹp,
Giống như đôi dép lạc mất, cũng xinh!

Em ơi ngói Đình đếm hoài đếm hủy,
Cành trúc ủy mị nghiêng nghiêng vầng trăng...
Anh từng bâng khuâng bên bờ lau lách,
Nhớ em ôm sách tan buổi học về.
Nhớ em tóc thề năm em mười sáu...
Nhớ em tà áo, tà áo gió bay...

Em à đêm nay
Đêm trăng Mười Bảy...

Em Hãy Đi Hỏi Con Ong Mật
Nó Sẽ Trả Lời Cho Em

Tim anh có trăm ngăn. Ngăn nào cũng em hết! Anh nói trước khi chết, anh yêu em... cứ còn!

Không có ngăn nào buồn, em vào đi, xem thử. Tại sao em ừ hử, bộ không tin anh sao?

Môi em đừng có màu của hoa đào trước ngõ anh thường đi qua đó... tim anh không có ngăn!

Hoa đừng nở dưới chân của em đi từng bước, anh làm thơ không được – chỉ là người đi ngang...

Em ơi chữ vô vàn nghĩa là sao em nhỉ? Có phải là tỉ tỉ tình anh yêu quý em?

Tại em hỏi trái tim anh mấy ngăn mà vậy! Phải chi em nhìn thấy trái tim trong ngực anh...

Tất cả lá đều xanh anh dành cho em thở. Tất cả hoa đều nở, vì em, anh hiến dâng!

Trái tim anh trăm ngăn... một vầng trăng duy nhất, em đi hỏi ong mật có phải thế hay không?

Ôi hai má em hồng tại vì sao anh biết, anh muốn hôn, muốn thiệt, gật đầu đi em yêu!

Em Là Vầng Minh Nguyệt

Em nhìn gì dưới đó?
Dòng nước chảy phải không?
Có thấy nụ hoa hồng
Anh thả trôi ngang đó?

Em ơi hoa hồng nở
Vì biết em đứng đây
Ngó xuống dòng nước này
Chảy về tim em nhé!

Anh nói thật nhỏ nhẹ
Vì em đẹp không ngờ
Tất cả ai làm thơ
Cũng tôn thờ người đẹp!

Trong sách sử từng chép
Những người đẹp, vì sao?
Vì tất cả ngôi cao
Đều thấp hơn con gái!

Anh nói không ái ngại
Vì biết em sẽ cười
Đóa hoa hồng anh tươi
Vì em tô môi thắm!

Đóa hoa hồng anh đậm
Em đừng cắn môi nghe
Mùa đang chuyển sang Hè
"Hạ đỏ chàng tới hỏi!" [*]

Lúc đó em ra suối
Giặt áo lụa, biết mà!
Anh làm bướm bay qua
Quanh em đồng hoa nở...

Em ơi em nỗi nhớ
Của anh từ bao giờ?
Có nhiều đêm trăng mờ
Nghĩ tới em, trăng sáng!

Anh thành người lãng mạn
Đưa em vào chiêm bao
Gom hết thảy muôn sao
Kết cho em vương miện!

Thơ Tâm Tình Dâng Hiến
Vì em mà hiến dâng
Em mãi mãi là Trăng
Vầng trăng vàng Minh Nguyệt!

(*) Thơ Huyền Kiêu:
...Hạ đỏ có chàng tới hỏi
"Em thơ Chị đẹp em đâu?"
Chị tôi khăn thắm quàng đầu
đi giặt lụa vàng bên suối

Em Ơi Anh Nói Đó Nói Cho Mình Em Nghe

Nhiều bạn bè hỏi tôi: “Trong thơ anh có Ngọc, phải chăng anh thao thức về một người ở xa?”. Tôi ngó trời bao la, không trả lời cho bạn...

Hình như tôi có gắng tìm một câu trả lời. Nhưng đã rất lâu rồi, chính tôi đây cũng hỏi: “Ai, người mình hay nói, hay nhắc ở trong thơ?”

Một bóng người mờ mờ... vì trăng không sáng tỏ? Ở nhỉ khuya nào đó, cũng bầu trời bao la... Tôi thấy ai, người ta thoáng qua Dran lạnh...

Sương mù, trăng, lóng lánh, non nước tôi đấy thôi. Những cây thông trên đồi ngả người theo gió thoảng. Ngọc, cái tên loáng thoáng, cái hình người trong sương...

Dran là Đơn Dương, là con đường uốn khúc dưới cung đèo Ngoạn Mục, ai bên hồ Đa Nhim? Ai có phải là em? Áo dài bay phất phới, lá cờ bay chới với, Non Nước của tôi ơi!

Tôi sống đã bao đời hỡi em trong tiền kiếp! Ngựa hồng theo đã kịp về gặp lại cố nhân... Em mờ mờ ánh trăng mà lòng tôi sáng tỏ, hai cây đào hoa nở, em nón lá đầy trăng!

Tôi yêu quá Việt Nam! Trăng Quê Hương như ngọc. Em ơi tôi đã khóc thương một thời tang thương. Thương quá đi Đơn Dương... đường xe lửa đâu mất?

Tiếng chuông bên Chùa Phật rơi theo trăng tan hoang. Tôi yêu quá Việt Nam, rừng vàng và biển bạc, tại sao mà tan nát rơi tung tóe theo trăng những viên ngọc trong ngần. Những viên ngọc nước mắt!

Bạn ơi, tôi đã đáp, Ngọc của tôi là ai. Bạn nghe gió thở dài, lau hộ trăng cho sáng, cho thơ tôi lãng mạn đuổi con còng tâm tư. Giữ lại giùm tôi thơ, giữ lại từng viên ngọc...

Hãy cho tôi được khóc bên ai vai đôi bờ, bên hoa quỳ vàng mơ, bên tình xưa mộng cũ. Em ơi anh nói đó, nói cho mình em nghe...

Em Ơi Có Biết Hoa Đang Nở

Hồi tối,

Tôi ngồi dưới ánh trăng, mênh mông thế giới một Cung Hằng, tha hồ mà ngắm trời, mây, nước, tôi nhớ em...

Và, vọng mỹ nhân!

"*Vọng mỹ nhân hề thiên nhất phương*", câu thơ xưa đó khiến ai buồn! Thương sao những chuyện duyên tình lỡ, người xa người, thương, nhớ, nhớ, thương!

Hàn Mạc Tử từng nghe đứt ruột mỗi lần gió thoảng ánh trăng khuya. Gió trăng có sẵn... người trong mộng, mãi mãi chờ mong, chẳng thấy về! (*)

Mãi mãi chờ mong và tuyệt vọng, tuyệt tình, tuyệt tích... tuyệt vời thơ! Nhiều bài thơ hiện trên lòng giấy ở mãi lòng người nỗi ngẩn ngơ!

Ngồi dưới trăng, tôi nhớ một người; trăng gần người ấy lại xa xôi... Mênh mông thế giới tình vô tận và quá buồn... ôi chiếc lá rơi!

Ngồi dưới trăng tôi đốt thuốc nhìn khói mù quyền quyện lửa lân tinh, rồi tan, tan mất trên đầu núi, tan giữa mênh mông một bóng hình...

Em... bóng, hình

Em... cũng bóng trăng! Tôi miên man tựa cửa Cung Hằng, em ơi có biết hoa đang nở, em hóa mặt trời...

Em... sáng trưng!

(*) Thơ Hàn Mạc Tử:

Đêm nay có một nửa trăng thôi
Một nửa trăng ai cắn vỡ rồi
Ta nhớ mình xa thương đứt ruột
Gió làm nên tội buổi chia phôi!

Em Ơi Muôn Thế Kỷ

Hồi chiều mây vần vũ, bây giờ thì trống trơn! Mặt trăng lên đầu non sáng nụ cười ngạo nghễ... Đêm Rằm sao đẹp thế mà nóng quá đi Hằng Nga! Không một thoáng mây qua và mặt trời đã tắt. Ngọn lửa chiều phừng phực, bây giờ cũng nguội dần, trăng như ngọc trong ngần nằm trong tay phù thủy...

Cuối tháng Năm nước chảy dưới dạ cầu chắc sôi? Ánh trăng theo nước trôi và bốc hơi, dám lắm? Tôi nhìn trăng, không ngắm, lòng say đắm đã mờ, phải chi hồi chiều mưa cho đêm trăng đẫm lệ, cho trăng bớt ngạo nghễ tưởng mình Chúa mùa Hè! Tôi ghét trăng không dè lần đầu tiên đó nhé! Tôi biết mình không dễ nói lời vừa mới đâu... Ai biểu trăng trên đầu của tôi mà xa quá...

Phải chi trăng là lá – chiếc lá tôi đang hôn. Phải chi trăng là hồn – cái hồn tôi lãng đãng. Tôi nghĩ tới mai sáng, tôi thấy trăng dịu hiền, tôi sẽ không ngủ quên để ngắm trăng cho thỏa...

Đêm Rằm trăng sáng tỏ sao lòng tôi buồn buồn? Phải chi tôi đầu non để cho trăng ngự trị. Trăng ơi muôn Thế Kỷ, tình tôi dành cho trăng. Hồi chiều, may mây tan nếu không thì trăng khóc. Tôi nhớ chiếc đò dọc, tiếng tù và trong mưa; tôi nhớ những bài thơ tôi tương tư minh nguyệt, tôi tin là trăng biết, tôi- tin- là- trăng- biết, có phải thế không trăng?

Cái nóng đang dần tan, trăng thêm tròn yêu quý. Trăng ơi muôn Thế Kỷ, tình tôi dành cho trăng...

Em Thế Nào Em Ngủ Có Ngon

Em ạ, trăng kia còn biết khóc! (Hồi chiều còn thấy trăng cười duyên). Mây sương gió thổi bay nhè nhẹ, qua lớp mưa sương nguyệt thật buồn...

Em ạ, lá khuya vừa trở giấc, nghe tàu lá chuối tỉ tê mưa. Mưa không trút nước, trăng không rụng mà gió như là lạnh quá khua...

Em ạ, đầu non tiếng vạc kêu. Câu ca dao cũ nghe buồn hiu (*). Trăng mờ. Mờ thiệt và trăng khóc. Ai nhớ thương nhau có lẽ nhiều?

Ai nhỉ, không là anh với em? Buồn hiu chưa đủ thì buồn tênh. Buồn như có gió bay qua mắt thấy tóc thề em trong gió nghiêng...

Em ạ, trăng kìa trăng khóc thiệt! Nói đi giọng Huế để anh nghe. Quê mình nói thiệt thay vì thật nên thiệt thòi hoài chẳng trách chi!

Em thế nào em, ngủ có ngon? Nơi em anh biết mùa mưa còn. Nơi anh mưa chỉ khi trăng hiện để nhớ em nhìn trăng nhớ thương!

(*) Ca dao:

Chờ nhau cho tới bao giờ
Vạc bay về núi, trăng mờ đỉnh non!

Ghét Quá Trời Mưa

Ghét quá! Sao mưa Thứ Bảy này, làm sao để tối thấy trăng đây? Ô tôi sao nhớ trăng hoài vậy? Trăng, Nguyệt hay gì, có nhớ ai?

Ô bến sông trăng! Trăng có bến. Người ta có bến bỏ theo chồng! Thuyền trăng không chở trăng về nữa chỉ có mưa về đục nước sông!

Chỉ có mưa về đang Thứ Bảy. Chuông nhà thờ đổ, đổ mưa theo? Người ơi tôi muốn mình ngoan Đạo, ít nhất có lần được Chúa yêu!

Người ơi tôi muốn mình ngoan ngoãn, ít nhất có lần dám nói quên, dù biết nát lòng nhưng phải nói Từ Nay Anh Hết Nhớ Thương Em!

Trời mưa Thứ Bảy. Mưa từ sáng. Mưa tới chiều hôm. Mưa tới khuya? Tôi mới mặc thêm, thêm áo lạnh... làm như tôi sắp sửa ra đi...

Ừ đi mà được bây giờ nhỉ, tôi hứng mưa rơi những giọt đèn. Tôi biết mắt tôi còn chỗ trống để trăng nằm ngủ tưởng là em!

Em ơi tôi gọi em là Nguyệt, là Hằng Nga trôi trên Hằng Hà, trôi trên chỗ bến mà em bỏ từ đó thuyền em trôi rất xa...

Ảnh: Phạm Anh Dũng

Giống Như Em

Anh kể chuyện em nghe, chuyện gì hay nhất, câu cuối cùng anh cũng nói "*giống như em*". Em biểu anh đừng nói vậy, hãy quên, chuyện gì đẹp của người ta chớ bộ!

Anh gật đầu, rồi thì anh lại lỡ, chuyện thì nhiều, em chỉ một, là sao? Cũng tại em hai cái má hoa đào, cũng tại em mặt trái soan như nguyệt...

Chuyện anh lựa là những câu chuyện đẹp, đẹp bởi văn chương, cũng đẹp bởi có người, giống như em, em mở miệng là cười, nên anh nói "*em là người đẹp nhất*".

Có lẽ kiếp xưa anh là con ong mật, gặp em đây, anh gặp một bông hoa. Không con ong nào gặp hoa mà xa, anh cũng thế, xa em là không thể...

Anh không tôn xưng em là giai nhân dưới thế, nhưng cõi thế gian này không có em, bỏ thôi! Anh tưởng tượng ra một thế giới tuyệt vời, ở đó có nhiều người xinh như em lắm...
Những nàng Tiên trong bàn tay anh nắm, rồi tung ra, em hiện hữu trong đời. Những chuyện vui anh kể chọc em cười, những chuyện tình mộng mơ anh kể để làm cho em thêm khả ái!

Em mãi mãi là một người con gái, mãi mãi mùa Xuân em ạ, nắng đang lên. Em là vầng trăng mang ánh sáng dịu hiền, em là mặt trời buổi bình minh hoa nở...

Em là nước trong xanh, em là thanh thúy đó! Giọt nước nào như ngọc, cũng trong xanh. Em nhìn kia, những chiếc lá trên cành, giống như em long lanh sương sớm...

Giữa Mênh Mông Ánh Nguyệt

Cửa sổ nhà em chừ thêm khung sắt, cardinals không còn gõ kính, buồn ơi! Em nói anh nghe, lời chẳng trọn lời, anh biết chứ - anh là loài chim mà ngày ngày em đợi...

Cửa sổ nhà em vẫn còn sáng chói, ngày ngày em lau cho hết bụi và sương. Em nói anh nghe giọng nói buồn buồn – sao em không nghĩ anh là bụi nhỉ?

Sao em không nghĩ anh là sương, một tí, để em lăn ngón tay còn dấu ngón tay? Em không nói anh nghe khi anh hỏi câu này. Dù em không nói nhưng anh nghe tiếng khóc...

Anh muốn hôn em hôn gương mặt mộc, hôn ngay bây giờ, hạnh phúc biết bao nhiêu! Anh đang đứng rất xa em, trời đã chiều, anh tưởng tượng mắt em vầng trăng đang hiện...

Anh tưởng tượng dòng Tương Giang mất biến, bỗng giữa trời có một chiếc thuyền trăng, bỗng giữa đời anh có một giai nhân, là em đó, giữa mênh mông ánh nguyệt!

Không biết chừng nào những khung cửa sổ nhà em rỉ sét. Không biết chừng nào anh mới gõ cửa thăm em. Hai mắt em hiện một ngọn đèn, anh thổi tắt cho đêm dài vô tận...

Hoa Huyền Hoa Sắc

Chữ Hòa không dấu huyền, em là Hoa đẹp nhất. Chữ Hòa mà dấu sắc, em là Đấng Hóa Công...

Anh nghĩ tới con sông, em bao la như nước, anh sẽ không chùn bước khi đi tìm kiếm em...

Anh nghĩ tới trăng lên, một bầy Tiên đang múa, em là đóa hoa nở vàng rực khắp không gian...

Em rất là dễ thương, và cũng rất hiền hậu. Không có hoa nào xấu, đã là hoa là xinh!

Em là hoa- ân- tình, em là hoa- ân- nghĩa. Em ngàn đời như thế! Anh yêu quý vô cùng...

Anh nghĩ tới con sông... nếu em đừng qua đó... Hoa bên sông vẫn nở... Biết mình anh nhớ em...

Giống như sợi tơ duyên có rất nhiều mối rối, em à, anh có tội: yêu em mà âm thầm...

Thôi thì tình- muôn- năm nhắc trong vài giây phút, anh nghĩ tới nước mắt và em ơi... trời mưa!

Trời mưa như hồi xưa em xuống đò bỏ bến. Nơi em đi đã đến... Lưu luyến còn khói sương!

Hồi Tối Trời Mờ Một Chút Sương

Hồi tối trời mờ một chút sương
Nhưng em là Nguyệt vẫn như gương
Mồng Mười, trăng vẫn chưa tròn lắm
Em vẫn vuông tròn chữ Nhớ Thương!

Có lúc tôi như là đứa bé
Làm thơ như một học trò làng
Đi tìm từng chữ, vo từng ý
Chữ "vẫn", nhìn hoài thấy giống trăng!

Trong bốn câu thơ, ba chữ "vẫn"
Tưởng nhiều, mà ít lắm, thưa em
Chữ "em", chỉ một, em nhìn đó
Vô lượng, vô hằng: Một Trái Tim!

Em, một mình em, bao la trời
Kìa trăng, một bóng sáng muôn nơi
Tự nhiên tôi biết mình khôn lớn
Đứa học trò làng, chỗ khác chơi!

Hàn Mạc Tử đêm nhìn trăng mờ
Gửi theo làn gió biết bao thơ:
Gió trăng có sẵn làm sao hưởng?
Làm sao giết được người trong mơ? (*)

Tôi lớn khôn ở nhỉ tuổi nào?
Từ nhà em ngõ có hoa đào?
Từ con đường dốc trăng Đà Lạt?
Từ tóc thề em, chừ... ở đâu?

Đêm mồng Mười trăng bạc chút sương
Nguyệt dù Nguyệt Bạch, một lòng thương
Bởi em là Nguyệt em không đổi
Một chút sương mờ, tóc vấn vương...

(*) Thơ Hàn Mạc Tử:
Trời hỡi! Làm sao cho khỏi đói!
Gió trăng có sẵn làm sao ăn?
Làm sao giết được người trong mộng?

Một Buổi Sáng Mù Sương

Đêm qua trời thật lạnh, sáng dậy trắng sương mù. Gió như gió mùa Thu giữa ngày Đông đi lạc. Bầy bồ câu xơ xác vỗ cánh bay, bay xa. Sương mù rụng như hoa cứ ngỡ ngỡ hoa tuyết...

Dẫu sao cũng thật tuyệt... cái đẹp của thời gian, mênh mang buồn mênh mang trên hàng cây không lá, trong lòng người trống trơn... Những khung cửa màu sơn thấy chập chờn màu trắng. Chuông giáo đường như nặng rơi về cõi âm u...

Tôi hỏi tay em đâu, em nói đầu đang chải. Mù sương rụng, tôi hái nỗi lạnh lùng của em. Đêm qua mà lạnh thêm chắc sáng nay em khóc? Khi người ta cô độc, nước mắt hóa bạn bè. Vầng trăng trong sương che nhìn tôi chắc ứa lệ?

Mình ở chi xa thế! Đầu núi và đầu sông. Phải chi tôi cỏ bồng bay đi về cuối biển, tôi làm con én liệng cắn em chút mặt trời để lên miệng em cười để muôn đời em ấm... Tôi nhớ em nhớ lắm! Phải chi mình đừng xa, tôi đi hái nụ hoa trao em, em cài tóc. Và... chắc em cũng khóc, nước mắt tan mù sương...

Em ơi những tiếng chuông gọi ai mà thánh thót, tôi hứng sương mấy giọt, tôi thấy tôi trong sương...

Một Bước Chia Phôi Ngàn Năm Diệu Vợi

Đêm Rằm đã qua, trăng tà gác núi. Con vạc vừa lủi vào góc rừng xanh... Ngày sắp bình minh, mặt trời sắp hiện, em cười nhoẻn miệng, hoa nở của anh!

Mình bước loanh quanh trong khu vườn nhỏ. Em làm con thỏ, anh đuổi em, nha! Ôi em miệng hoa nở bùng nữa đó. Anh bắt chút gió thổi tóc em bay...

Câu chuyện một ngày bắt đầu như thế. Rồi sông tới bể bập bùng sóng xô. Em ơi ước mơ tan tành bọt nước. Không ai bắt được giấc mơ, vì sao?

Non nước chiêm bao, nghẹn ngào nước mắt. Ai cầm dao cắt từng cuống tim người? Ai nỡ thả rơi từng ngày mộng mị? Ôi hai Thế Kỷ, tuổi anh tuổi em!

Anh đang trước hiên nhìn trăng Rằm lặn. Anh không tin nắng sẽ thay màu trăng. Bởi anh nhớ nhung em người duy nhất. Giấc mơ không thật, không bao giờ đâu!

Em ơi bồ câu từng đôi bay cặp... Ai đã ăn cắp trăng Rằm của mình? Không phải bình minh, không phải ngày mới... bởi vì nỗi đợi có bao giờ quên?

Nên anh nhớ em! Nên anh nhớ em! Trăng chìm xuống biển, em đi đã đến, đến một cù lao... đến một ngày sau, anh tu còn vụng. Những chiếc thuyền thúng khác chi trăng Rằm...

Khi con trăng nằm trong giọt nước mắt, anh biết anh khóc. Anh thương nhớ em! Em đi để nguyên một lời chào biệt. Rồi trăng sẽ khuyết như Quê Hương thôi. Một bước chia phôi... Ngàn năm diệu vợi...

Mới Tháng Bảy Thôi Em Lá Chửa Vàng

Hôm qua nóng từ năm giờ sáng, mặt trời lên từ giờ đó, mùa Hè! Hôm nay, thì, em ạ, lạ ghê: tám giờ hơn mà mặt trời còn ngủ. Lũ chim sẻ chưa thấy ra khỏi tổ và lũ bồ câu không có tiếng gù gù... Đó là sự "vô thường" hay là một cơn mơ? Trời không có dấu hiệu một cơn mưa sắp tới, vòi nước tự hành trong vườn hoa vẫn tưới. Chiếc xe bus, ngoài đường, vừa mới chạy qua, ngang...

Mới tháng Bảy thôi em, lá chửa vàng. Và mùa Thu sang, bây giờ, chẳng thể! Em biết chớ, bây giờ ở Huế, đang mùa Hè, phượng vĩ đơm bông, trên sông Hương ai đó lấy chồng, mười hai bến nước, bến nào trong, đục? Em biết không, viết mấy dòng này mà nước mắt muốn ứa ra, nhớ ngày em đi xa... Buổi sáng đó, mặt trời dậy trễ, em sắp sửa chào Mạ Ba, bỏ Huế, áo hoàng hoa em mặc tựa như trăng...

Ai bảo em là giai nhân? Câu thơ của Lưu Trọng Lư, em biết! Và... có nhiều người đã chết chỉ vì một câu thơ! Anh đang muốn vén mây, những đám mây mờ, anh muốn tìm trăng để anh quỳ lậy, nói với trăng: Trăng à, thức dậy! Đã bình minh! Anh muốn gửi cho em một tờ giấy màu xanh, hai trang trống – bức thư tình không có chữ! Anh nhớ em không còn lời nói nữa. Tiếng chuông Chùa, đâu, đó, vọng, vang, vang...

Mới tháng Bảy thôi em, lá chửa vàng, anh nhắc lại câu thơ hồi nãy... để bài thơ này thành một dải mù sương! Anh gửi cho em một buổi sáng anh buồn, anh gửi cho em trái tim anh trăng khuyết... ai biểu trăng cứ ở biệt trong mây... Chữ nghĩa của thơ thấp thoáng hao gầy, tóc của em sao nhỉ có bay bay trong gió? Anh nhớ em! Nhớ đôi môi màu đỏ... Đỏ mắt mong chờ một kiếp lai sinh!

Mưa Phùn Trên Thành Phố Temple

Sáng nay lạnh. Lạnh như Đà Lạt nhé. Mưa phùn bay, bay như Tết sắp về. Thành phố tôi đang ở dễ thương ghê, hoa đào như đã có rồi kìa...

Hoa chưa nhiều, nhưng những con hummingbird đang lách mưa đi tìm hoa hút mật – mật pha mưa chắc ngọt dịu dàng. Cũng có con bướm bay trên đóa hoa lan...

Tôi đứng giữa cơn mưa buổi sáng. Sáng hôm nay mặt trời ngủ nán, trăng đêm qua chưa tản hết màu. Tôi nhìn trăng và nhớ Nguyệt làm sao!

Tôi nhớ ngày xưa, buổi sáng hôm nào, em đi học tóc thề vương lấm tấm. Mưa cũng vương trên tà áo trắng mà Hàn Mạc Tử nói rồi...

Mơ khách đường xa khách đường xa
Áo em trắng quá nhìn không ra
Ở đây sương khói mờ nhân ảnh
Ai biết tình ai có đậm đà...

Em bao giờ. Em xưa. Em xa. Tôi cũng thế, ngút ngàn đất nước... ba mươi năm chưa về thăm Đà Lạt nhớ nụ hoa lan nở thắm bình minh!

Nhớ em thêm. Nhớ lắm. Ôi tình... Người ta nói Tình Nào Cũng Nhạt, Có Trái Tim Nào Đập Hoài Không Nát! Tôi thì không nói vậy đâu em! Bởi vì em nào khác trái tim... tôi đã đập, bây giờ vẫn đập...

Em duy nhất, một-mình-em-duy-nhất. Tổ Quốc mình, em duy nhất tôi yêu. Không có em, buổi sáng là chiều, không có em đìu hiu thế giới...

Mưa phùn bay, bay, bay, như khói. Tôi nhìn mưa, nhớ tóc em mưa sa... Cơn mưa này lát nữa sẽ qua, em ở lại trong lòng tôi muôn thuở...

Em của anh ơi, chuyện đi chuyện ở, chuyện nào buồn hơn chuyện thuở chia ly? Có ai xa mà không muốn trở về? Có ai đi mà bờ tre không khóc...

Nắng Trăng

Sáng, nắng ngợp ngàng, ôi nắng trăng!
Sau mưa, Los Angeles giống như Xuân
Sau mưa, em giống như niềm mộng
Muốn cắn em, mà, thôi khẽ hôn!

Em ở chi, mà, xa quá xa
Trăng kia xanh biếc dải sơn hà
Núi sông người lạ ngờ quê quán
Ngồi tựa đâu em, một góc nhà?

Ngồi tựa đâu, thì, cũng một mình
Nắng trăng lấp lánh bóng như hình
May còn loáng thoáng hoa quỳ nở
Tưởng tượng em hoài, em rất xinh!

Anh nhắc hoa quỳ, em biết chớ
Tháng Mười sắp tới, Đà Lạt thơm
Và em, thơm ngát như Đà Lạt
Một chỗ ngàn năm mãi mãi Xuân!

Một chỗ ngàn năm con dốc trăng
Ngôi trường anh nhớ, Bùi Thị Xuân
Hàng cây anh nhớ, hàng khuynh diệp
Muôn thuở, một người, em, mỹ nhân!

Em ơi trời nắng, nắng long lanh
Nắng của em và nguyệt của anh...
Ngày đêm tha thiết ai tha thướt
Áo lụa bình minh nắng bỗng xanh!

Thương quá câu thơ vừa lỗi vận
Tại em, ai biểu nắng mơ màng
Ở đây mà nhỉ, xưa, Đà Lạt
Anh dạo rừng tìm đóa Ngọc Lan...

Nói Một Mình Trong Đêm Trăng Lung Linh

Ánh trăng như ngân nhủ từng chùm mimosa!
Tôi yêu trăng, yêu hoa, nói được lời thân ái!
Nói với người con gái xuống thuyền đi sang ngang...
Nói với nước rẽ làn với sóng tràn lên ngực...

Em ơi thời xanh tóc nhớ không ánh trăng vàng?
Hoa mimosa ngỡ ngàng hứng trăng vàng hứng lệ...
Một thuở buồn như thế. Một thuở Huế xa xôi...
Ánh trăng rơi từ trời. Hoa rơi vào lau lách...

Em ơi từng trang sách... từng trang sách gió bay!
Nếu tôi đừng là trai đừng trên vai nợ nước...
Liệu thuyền em có ngược về bờ lau lách không?
Tôi nói... nói với lòng, em không nghe đâu nhỉ?
Mimosa bé tí rơi đầy mặt biển sương...

Tôi hứng ánh trăng vương đầy lòng tôi ngân nhủ...
Bao nhiêu năm mới đủ cho một thời tương tư?
Và bao nhiêu bài thơ mới che trăng kia được?
Bờ lau lách sướt mướt từ khi em sang ngang...

Nửa Đêm Nay Trăng Lặn

Ôi vầng trăng mồng Chín sẽ tròn khi Rằm về... nhưng nửa đêm nay lặn; ai bồng trăng tôi đi?

Trăng mọc, ai nói gì? Trăng chìm, đêm tĩnh mịch. Dòng đời vẫn xê dịch, nhớ tại sao đứng yên?

Em ngủ chắc nằm nghiêng để nhìn trăng ngoài cửa? Em có nghĩ ai đó đang nhìn em hay không?

Trong đêm trăng mênh mông, tiếng não nùng con dế gọi cho tới trăng xế, ru em giấc bình minh?

Em ơi chớ giật mình! Nhớ đứng yên, em ạ. Thơ giống như chùm lá quạt cho em nồng nàn...

Anh nói với trăng vàng tan trong hồ bán nguyệt, những cánh bèo xanh biếc gối đầu nhau đê mê...

Anh nhớ em quá đi! Lát nữa rồi trăng lặn, đêm vẫn chưa có nắng và... thơ anh miên man!

Một đôi vạc lang thang bay về theo hướng núi, bay ngang qua con suối, trăng vàng như héo hon...

Nửa Đêm Trăng Gác Núi

Nửa đêm trăng gác núi rồi lặn xuống sau rừng. Con vạc bay chới với về tổ chắc bên sông....

Trong bóng tối mênh mông chỉ còn nghe tiếng gió. Vài vì sao mờ tỏ chắc rồi cũng sắp rơi...

Không thấy gì xa xôi, cũng không gì gần gũi. Gió hình như chỉ đuổi cái hư vô... hư vô!

Tôi thả xuống câu thơ không nghe một tiếng rụng. Tôi nhớ những tiếng súng ven rừng, xưa, rất xưa...

Bây giờ tôi không chờ những tiếng súng đó nữa. Má tôi tan buổi chợ không còn về nữa đâu!

Ở đây không có cau. Tôi nhớ vườn cau Ngoại. Xa quê chưa về lại để thắp Ngoại nén nhang...

Tôi đang nghĩ về trăng, hiện đó rồi mất đó. Ôi vầng trăng cổ độ vàng lắm chắc, phải không?

Tôi ngó qua bên sông, mênh mông và tối mịt. Tiếng dế mèn rả rít đưa tôi về Cố Hương...

Tôi bay trong mù sương. Hai mắt tôi nhắm chặt, tôi biết mình đã mất... mất rồi những bình minh!

Ngoại ngủ có giật mình? Má chờ có thảng thốt? Và bà con cô bác... xào xạc hay chiêm bao?

Tôi trách sao núi cao, tôi trách sao rừng rậm. Trăng ơi tôi nhớ lắm, chìm đâu rồi biển thơ...

Nửa đêm tôi bây giờ, ngó trăng tà rồi lặn. Gió không mang lời nhắn tình tôi sang bên sông...
Sáng mai nắng hồng hồng, mặt ai hồng hay nắng? Tôi nói gì? Cay đắng! Đủ chưa thời tang thương?

Ngoại ơi con nhớ vườn, con đi sau chân Ngoại, dừng và nhìn Ngoại hái, trái cau... như trái tim!

Em à anh nhớ em từ trăng lên trăng lặn. Con vạc bay lấp lánh đôi cánh vỗ mù sương...

Nửa Đêm Về Sáng

Nửa đêm. Thức giấc, thấy trăng hạ huyền
Bỗng dưng ướt mắt... ai biểu nhớ em!

Mặt trời sắp lên, em là trăng sáng...
Tôi muốn ngủ nán nhìn em bình minh!

Tự dưng thương mình:
"Sao yêu chi vậy, dễ chi ai thấy mình đang tương tư?"

Chưa là mùa Thu, thấy như hết Hạ.
Nhìn ra cây lá... thấy vàng như trăng!

Ôi em giai nhân lòng em nguyệt bạch
Thương người xa xứ anh nói sao chừ?

Anh nhớ em như mình chưa hề nhớ...
Anh yêu em tựa mình mới biết yêu!

Nếu em trăng chiều, anh không nói thế.
Bởi em trăng trễ, anh thờ buổi mai...

Là em, chớ ai, ôi người vạn dặm.
Houston thăm thẳm, em đến một lần...

Em ở trăm năm trong hồn anh nhé!
Em ơi giọt lệ mờ không hỡi trăng?

Nửa đêm nhìn sang hàng xóm hoa nở
Mỗi em, anh nhớ, mỗi em anh mong...

Em là hoa lòng
Em là trăng mộng
Dù em cái bóng, em vẫn bài thơ...

Ngày Không Có Nắng

Đã chín giờ hơn
Mặt trời vẫn chưa mọc
Thấy như trời muốn khóc
Mây cuối chân trời cứ ùn lên.

Anh nhớ em
Mở đầu bài thơ như thế
Anh sắp nói gì với em là anh kể lể
Một ngày mới âm u...

Bây giờ đâu đã mùa Thu
Còn mùa Hạ chớ
Chắc những cây phượng nở
Đỏ ngợp trời Quê Hương?

Ở đây trên mặt đường
Lác đác lá vàng rụng
Lá cũng có đời sống
Dài không mấy nhỉ em?

Buồn mông mênh buồn mông mênh
Một ngày không có nắng
Mười giờ, đường thật vắng
Học trò đã nghỉ Hè.

Em đi chơi xa chưa về
Mặt trời cũng chưa mọc
Gió bay những sợi tóc
Tóc mai sợi vắn sợi dài...

Trăng lạ nhỉ hiện ở buổi mai
Anh nhớ em gọi tên em là Nguyệt
Anh nhớ em con mắt liếc
Cái đuôi dài chắc tới hoàng hôn?

Anh nhớ em nhiều lúc hoảng hồn
Tiếng lá rụng cũng nghe buồn thảng thốt
Màu chín của trái ớt
Anh cũng nhớ móng tay em...

Mặt trời vẫn chưa lên
Mười một giờ trưa rồi em ạ
Ôi nỗi buồn như lá
Anh nhớ bàn tay em che cái má đồng tiền...

Nghi Thức Thiền

Hôm qua anh không nói Good Night em, phải không?

Đêm hôm qua, vầng trăng làm cho anh thao thức, anh nhớ lời của Phật: *"Kia là một vầng trăng!"*.

Anh ngó lên cung Hằng thấy bàn tay mở cổng. Gió vào cổng lồng lộng, bay đầy vườn xiêm y. Anh không thấy ai đi. Trên đường hoa, bệ ngọc, chỉ hương thừa phảng phất, sự trống trơn đến buồn! Bàn tay hóa cánh sương. Bàn tay em hay Phật? Anh cứ ngồi thắc mắc, quên nói lời chúc khuya...

Muôn ngàn Thế Kỷ qua, vầng trăng vẫn còn đó. Những đồi sim hoa nở, màu tím áo em xưa...

Em! Sao anh bơ vơ khi em là màu tím? Màu nào không kỷ niệm một Đà Lạt xa mờ, một Đà Lạt rất thơ, một Huế buồn da diết...

Em, chắc em không biết Anh Nhớ Em Não Nùng...

Những Câu Thơ Xuống Dòng

Sáng thức dậy chào một ngày mới nữa!
Chào bình minh và mong ước hòa bình
trên trái đất... và trong trái tim của em của anh,
trong tâm niệm: Mỗi Ngày Một Mới!

Những người yêu nhau chắc ai cũng nói
giống như tôi vừa mới... vào thơ?
Ngay cả những người bơ vơ
chắc không ai đã thẫn thờ im lặng?

Ngày hôm nay dẫu trời mưa hay trời nắng
thì... lòng người êm ả cứ bao la
Những thời xưa, những thời xa
người ta đấu tranh chỉ vì muốn thấy cảnh thái hòa trước mặt!

Cây trụ điện có bóng đèn đã tắt
những hồn ma bóng quế không còn
Bây giờ là lúc của những hồi chuông
thay thế cho những hạt mù sương rụng...

Em yêu của anh ơi hãy đưa tay ra hứng
những tiếng chuông kết thành chuỗi ngọc ngà
... và anh thì đi hái những bông hoa
kết cho em chuỗi tình yêu vô tận!

... rồi anh đi tìm vầng trăng trong nắng
nâng niu trăng hò hẹn một đêm Rằm
em với anh về thăm lại Việt Nam
xoa Tổ Quốc những vết thương ngày cũ...

Chào ngày mới không ai muốn giấu
trái tim mình, có phải không em?
Mở mắt ra nào, và, ngước mặt lên
anh muốn hôn em, chỗ nào em biết...

Những Gì Tôi Vừa Nhắc
Chỉ Là Tiếng Chuông Rơi

Chúa Nhật mà ngộ ghê: nắng ngày Hè rực rỡ, không nụ hoa nào nở, giống em... còn ngủ ngon! Những tiếng chim véo von chỉ là chuông... sáng sớm. Không có một con bướm nào bay qua vườn hoa... Không một giọt sương sa nào đọng trên lá cỏ, những bông giấy màu đỏ bên hàng xóm rung rinh. Gió chỉ làm rùng mình chút thôi hoa mỏng lét...

Anh làm thơ dễ ghét, sáng nay phải không em? Thôi, em cứ ngủ thêm coi như ngày chưa thức, coi như gió qua ngực của em đang rung rung...

Trời xanh, xanh như sông chảy giữa lòng đất nước. Không biết ai có ngước mặt nhìn con sông thời gian? Ai nhỉ có mơ màng vầng trăng soi đầu ngõ rung rinh từng chút gió gót nhỏ guốc vông khua...

Ôi đó cũng là Thơ mờ mờ em nhân ảnh. Nếu sáng nay trời lạnh, anh nhớ em thế nào, Đà Lạt mình ra sao: mưa mùa Hè mấy giọt? Em ơi nước mưa ngọt, còn nước mắt em... thì... chuông đang ngân nga đó!

Những giọt nước mắt vỡ như Quê Hương, Trời ơi! Trăng mai nằm trên đồi giống như em đang ngủ. *Anh nhớ lại quá khứ, em và trăng mông lung. Anh nhớ lại con sông, em qua đò, em mất... Những gì anh vừa nhắc... chỉ là tiếng chuông rơi...*

Ảnh: Phạm Anh Dũng

Rằm Chót

Trăng cuối cùng của năm
Vẫn mượt mà diễm lệ.
Vẫn xinh như hồi trẻ
Vẫn đẹp như không già...

Trăng là một nụ hoa
Vàng giữa trời thăm thẳm
Tôi yêu trăng nhiều lắm
Cắn được trăng chắc vui?

... Nghĩa là tôi ngậm ngùi:
Trăng chung của thiên hạ
Mình chỉ là chiếc lá
Nhận ánh trăng mà thôi!

Và chiếc lá sẽ rơi
Khi mùa Đông sẽ đến
Ai sống cũng có hẹn
Ngày trở về Thiên Thu!

Trăng thì rất ngây thơ
Đứng trên bờ dâu biển...
Chỉ tỏ bày lưu luyến
Lúc mây bay sang sông...

Trăng cuối năm sáng trưng
Mà lòng tôi u ám
Ai yêu mà không cảm
Dẫu chút gió chút sương...

Trăng mỉm cười trên non
Trăng soi đường cho vạc
Trăng soi vào dòng thác
Thấy lòng tôi không Trăng?

Ôi lòng tôi ngổn ngang
Bởi yêu trăng mà thế
Nhìn trăng đẹp diễm lệ
Trăng không riêng của mình!

Rằm

Đêm nay Rằm em ạ
Trăng và em giống nhau
Anh phân biệt thế nào
Hôn em thì biết nhé?

Trăng thở dài nhè nhẹ
Gió thở dài bay qua
Trăng và gió đều xa
Chỉ em gần trước mặt!

Mình đâu có xa cách?
Vì anh nói yêu em!
Trăng cứ soi trên thềm
Gió cứ bay ngang cửa...

Chừng nào thì trăng vỡ?
Chừng nào gió gượm chân?
Có thể chút bâng khuâng:
"Sao trăng Rằm tròn vậy?"

Ờ nhỉ, sao nước chảy
Chở trăng, trăng đi đâu?
Anh nhìn xuống dạ cầu
Trăng không nằm dưới đó!

Anh bắt một ngọn gió
Thấy năm ngón tay em...
Anh biết anh yêu thêm
Em, và trăng, duy nhất!

Anh nói... như là thật
Ai biểu em huyền mơ?
Giống như lúc trăng mờ
Giống như gió quên thổi...

Trăng Rằm bao nhiêu tuổi
Em mãi mãi muôn năm!
Em là nước Việt Nam
Em là Niềm Mơ Ước!

Chắc chắn mình thấy được
Một đêm Rằm Quê Hương
Trăng nằm trên võng sương
Anh ru em nhè nhẹ...

Ngày sau những em bé
Đọc cổ tích bây giờ
Đọc cả những bài thơ
Anh làm cho em ngủ...

T. Tên Em

Tên em, anh viết T và chấm, em cứ đọc giùm: chữ đó Trăng. Đã sắp Trung Thu, em biết đó, trái tim anh đó, Bóng Trăng Rằm!

Trăng của trời ai treo vậy em? Trung Thu em chớ, nhé, buông rèm, em nhìn em thấy trăng trơ trọi, em hãy cười cho trăng chút Duyên!

Em là T chấm, chấm sau tê, tê tái lòng anh nghĩ chuyện về... để thắp nhang bàn thờ Cha Mẹ, để nằm nghe tiếng dế đêm khuya...

Ba mươi năm nhiều đâu bao nhiêu, gấp đôi thôi nhỉ chuyện cô Kiều... mà dâu mà biển thì vô kể... chỉ cái trụ đèn chưa ngã xiêu!

Anh viết tên em chữ đoạn Trường cho dài muôn dặm bóng người Thương. Ôi xa như tóc xa như khói, thăm thẳm trời ơi mấy Đại Dương?

Di điểu bay đi di điểu về, người đi ai trở ngược đường quê? Em ơi đừng đợi sông không bến, đã mỏi mòn thôi ánh nguyệt kia...

Anh viết tên em và dấu chấm, em nhìn chắc thấy nỗi buồn xa? Anh nhìn, từng thấy em như thế... thấy cả cây đào đang trổ hoa!

Con dốc Bà Trưng con dốc buồn, tháng Giêng Đà Lạt chắc còn sương? Em đi, có phải em đi đó? Hay... Mỹ Nhân Hề Thiên Nhất Phương?

Tâm Tình Dâng Hiến

Sắp Tết rồi em, mau quá nhen! Em chưa thành lạ, vẫn còn quen. Anh còn giữ nụ hôn năm ngoái và chắc ngàn năm, nó vẫn nguyên!

Không tự nhiên mà anh có thơ! Ngàn xưa, anh biết có em chờ như hoa sắp nở mừng Năm Mới, em tự lòng anh: Một Ước Mơ!

Em tự lòng anh thơ bất tận, tình yêu là biển vẫn đầy luôn! Những người yêu dấu thường tâm sự, như vậy em à: Những Nụ Hôn!

Anh ra vườn hái Hoa Buổi Sáng. Anh ra vườn hái Trăng Bình Minh. Em là vầng nguyệt không hề lặn. Em là Huế hoài, Huế của anh!

Ôi tôi yêu nàng! Tôi yêu nàng. Đêm nào Lăng Cô vầng trăng tan, hoảng hồn tôi chạy về An Cựu, cảm tạ làm sao bóng nguyệt vàng!

Ôi tôi yêu nàng, đây thơ dâng! Tôi chưa ghét nàng, chưa một lần! Dặn lòng tôi: Một Lòng Chung Thủy... là bởi em là Một Mỹ Nhân!

Vọng mỹ nhân hề thiên nhất phương! Em đừng đi xa mà lạc đường... Mùa Xuân sắp tới anh về kịp với những bài thơ rất dễ thương!

Bài Thơ Này

Mỗi ngày em là một ngày đáng nhớ: nhớ đầu tiên em hiện hữu như hoa mà hương thơm buổi sáng chan hòa, mà màu sắc đến chiều tà chưa nhạt, nhớ tiếp theo là tóc em xanh mướt, gió mùa Thu làm sợi tóc mai bay... Anh nhớ em, anh nhớ lắm từng ngày, em trước mặt, em trong lòng anh duy nhất!

Anh đi hỏi từng con ong mật tình anh bao nhiêu mà ong cứ tìm hoa? Ong đáp anh: em là ngọc là ngà, em tuyệt diễm giữa hoa ngàn cỏ nội, em là mặt trời để cho ong bay tới, em là mặt trăng cho anh tối tối làm thơ... Em biết không câu tha thiết anh chờ và đã có như lòng anh mong ước: Một em thôi từ ngàn sau ngàn trước, một em thôi đời bát ngát Tình Yêu!

Sáng, anh đây, thì ở đó, em chiều, trái đất tròn nên trái tim biết nói những lời thầm anh nói để em nghe: anh đi đâu rồi anh cũng trở về... nơi Ba Má cho em Ngày Sinh Nhật! Nơi, Tổ Quốc cội nguồn cây Hạnh Phúc. Cánh thiệp mừng em, anh gửi về cùng lúc với mùa Thu ở Mỹ vàng mơ, áo dài em xanh hay đỏ, cứ đùa cho rạng rỡ thêm lòng anh mộng tưởng! Anh tin tưởng Quê Hương mình lớn trong giàu sang thịnh vượng thanh bình! Em nhớ anh, em dẫu đứng một mình, em thấy bóng em là thấy anh bên cạnh...

Sáng hôm nay trời hiu hiu lạnh, anh uống em từng chút ánh trăng mai. Em hãy như trăng vui nhé trọn ngày, tối trăng hiện anh bồng em đi ngủ...

Em ơi em, anh gửi về thêm một thứ là bài thơ này có hai chữ Bồng Em!

Tôi Không Ngờ Mình Ngẩn Mình Ngơ

Người con gái nở nụ cười nửa miệng, nụ cười duyên nửa trái đất bình minh, nửa vầng trăng mồng bảy thật tình, tôi ngơ ngẩn như ca dao chợt nhớ...

Nhớ ca dao cũng là mắc nợ! Nhớ nghĩa là nhớ ngẩn nhớ ngơ. Nhớ hồi nãy và nhớ đến bây giờ. Rồi lát nữa, rồi muôn đời cứ thế?

Xưa nay đẹp, gọi là diễm lệ. Tôi không ngờ lòng mình tương tư. Đà Lạt dễ thương những sáng sương mờ, gió rất nhẹ đủ đòng đưa nhánh liễu...

Người con gái đẹp, một phần yểu điệu, hơn một phần nhờ tuổi hồn nhiên. Tôi gọi nụ cười em là nụ cười duyên, tôi không khéo mà yêu người duyên dáng...

Thơ tình yêu, bài nào cũng sáng nhờ có trăng soi rọi góc trời. Tôi biết mình, hồi đó, xa xôi, yêu đến Huế bởi vì em là Huế...

Nếu đừng có chiến tranh và đời đừng dâu bể, những bài thơ mang ý nghĩa Thiên Đường, không bão bùng về trên sông Hương, hoa đào Đà Lạt mỗi mùa Xuân một thắm...

Em nở nụ cười trên môi son không đậm mà bình minh nào trời cũng đẹp như mơ. Tôi đưa tay tìm vớt tuổi thơ... chỉ vớt được nỗi buồn Đất Nước!

Bốn mươi năm, mòn chân, dừng bước, tôi thấy gì, trước mặt, ai đâu? Mái tóc thề em xanh mướt một màu... màu của ngàn dâu, ngàn dâu xanh ngát...

Nụ cười duyên lẽ nào đi lạc? Trăng trên trời vừa mới chớm mồng Năm!

Tuổi Tình Yêu

Thiết tha tôi gọi người xa lắm, xa tựa vầng trăng của tối Rằm – Rằm Chúa Giáng Sinh, Rằm rực rỡ, Rằm hỡi mình ơi Rằm Cuối Năm!

Rằm chót của tôi, Rằm tóc bạc. Bạn bè mả lạng ánh trăng soi. Mười năm chinh chiến tôi chừ đó... một bóng trăng và mây trắng trôi!

Tôi biết tôi không còn Tổ Quốc, tôi còn trăng thôi, tôi còn trăng! Trăng không biên giới nào ngăn cản, tôi lại mỏi mòn hai gót chân!

Tôi thả hồn theo khói thuốc bay. Tôi thả hồn tôi mười ngón tay. Sao là mười nhỉ không là chín, thiếu một... như chừ tôi thiếu ai!

Thiếu một. Thiếu em. Thừa thãi núi. Thừa thãi sông thừa cả biển kia... Thừa tiếng thở dài nên bất tận, con thuyền trôi trôi trong đêm khuya!

Anh em, tôi gọi tên từng đứa. Tôi gọi tôi và tôi lẻ loi! Lau lách gió đưa trăng úp mặt trên vũng lầy ôi nước mắt tôi!

Em ơi em à trăng đêm Rằm, hôm nay tuổi Chúa mấy ngàn năm, tuổi em chắc cũng ngàn năm nhỉ? Ôi tuổi Tình Yêu tuổi Cố Nhân!

Tưởng Em Đôi Mắt Xanh Vầng Nguyệt

Hồi tối tuyết nhiều như bướm đêm
Gió bay bươm bướm tắp lên thềm
Tôi đi mở cửa nhìn trăng tuyết
Buồn quá tôi nhìn không thấy em!

Nhớ lạ lùng ghê! Nhớ lạnh lùng
Dĩ nhiên tôi biết chứ, mùa Đông!
Dĩ nhiên lịch mới đang mồng bốn
Trăng khuyết như là cái lược cong...

Em chải đầu hay em đã ngủ
Tuyết bay không biết tuyết hay trăng?
Trăng mà bay được chim không có
Để hót mai này có phải không?

Hồi tối, bây giờ đã sáng rồi
Thêm bình minh nữa, tuyết còn rơi
Mong manh là tuyết, em là tuyết
Mà dấu chân ngà đâu tuyết ơi!

Tôi thảng thốt như vừa mất tuổi
Tại em, ai biểu một Giai Nhân!
Giai nhân tự cổ như khanh tướng
Tôi, tướng cuối đời không có quân...

Không có quân, tôi làm lính nhé
Cho tôi từng bước, bước hầu em...
Tôi đi hái hết trời hoa tuyết
Cài tóc cho nàng lúc Nguyệt lên...

Hồi tối tuyết nhiều, tuyết với trăng
Sáng nay tuyết sáng rực cung Hằng
Tưởng em đôi mắt xanh vầng Nguyệt
Càng nhớ vô cùng em biết không?

Gọi Thầm Trăng Bằng Nguyệt

Năm giờ sáng, mở cửa, trăng bình minh ùa vào, chưa ai kịp nói chào, ôm nhau hôn trước hết... Hình như trăng có mệt (đang bắt đầu hạ huyền). Hình như mình có duyên (còn yêu trăng nguyên thủy).

Nhiều giọt sương đang chảy trên mặt trăng dễ thương. Mình uống những giọt sương, uống trăng tình yêu dấu... Mấy con bồ câu đậu trên mái ngói cúi nhìn, bồ câu mái làm thinh, bồ câu trống rúc rích.

Mặt trời kìa, có thiệt. Mặt trăng, ơi, trăng ơi... vừa trong vòng tay tôi mà trăng đi đâu mất? Trăng biến rồi, cũng thật, còn lại nhớ thương thôi!

Nhớ thương, lạ, không trôi dù dòng sông đang chảy! Buổi sáng bừng lửa cháy trong trái tim bình minh. Tôi gọi trăng bằng mình, tôi hôn nụ hoa sớm. Phải chi tôi là bướm đuổi theo tà áo dài...

Trăng ơi trăng là ai, kìa học trò đi học, một thời tôi hạnh phúc đứng bên tấm bảng đen, gọi học sinh bằng em, gọi thầm trăng bằng Nguyệt... Ôi vầng trăng xanh biếc bát ngát Thệ Hải Kiều...

Ai định nghĩa Tình Yêu Là Sớm Mong Chiều Đợi? Ai thả buồn theo khói Khói Huyền Bay Lên Cây...

Trăng Hạ Huyền

Em biết không em đã hạ huyền
Hãy nhìn lên nhé, thấy trăng nghiêng
Hãy soi gương nhé, em trong đó
Khuôn mặt em vầng trăng mãi duyên!

Anh không lên núi ôm trăng nữa
Vì trước anh, em là núi non
Lòng của con trai yêu đất nước
Trăng vàng là bởi... tấm lòng son!

Dù biết hôm nay cuối tháng rồi
Nhớ hoài đầu tháng miệng em cười
Em cầm lược ngọc mơn man tóc
Trăng thượng huyền xinh tóc chải xuôi...

Anh nhớ Hương Giang nước một dòng
Bóng dừa xanh biếc nước con sông
Tóc em xanh biếc trăng An Cựu
Trăng thế nào em vẫn nhớ nhung!

Nếu được hôn em hôn bây giờ
Anh làm không biết mấy nhiêu thơ
Trăng tròn hay khuyết, thơ bồi đắp
Em lộng lẫy tình anh ước mơ...

Anh nhớ làm sao trăng Nguyệt Biều
Hạ huyền yểu điệu bóng trăng xiêu
Cờ bay còn tưởng tay nâng rượu
Anh uống em là uống mến yêu!

Em ạ trăng xưa hiện lạc miền
Đây là xứ lạ chẳng là duyên
Anh nhìn trăng tưởng em bên cạnh
Giụi mắt thì ra một bóng thuyền...

Anh quơ tay kéo ngàn hoang đảo
Kéo Việt Nam vào ngực của anh
Đất. Nước. Núi. Sông. Em vĩnh viễn
Biển trời bát ngát... nguyệt lung linh!

Trăng Từng Đêm Đầy Thêm

Gần Rằm, trăng đầy thêm từng đêm
Anh thì khuyết em vì em xa vắng
Gần Rằm, trăng sáng như là nắng
Em thế nào tóc có bạc màu trăng?

Anh hỏi trăng xa, anh hỏi trăng gần
Trăng trong sân gạch cũng trăng trên đầu núi
Trăng ở muôn nơi... một vầng trăng thui thủi
Em chắc cũng vậy thôi, thui thủi một đầu sông?

Sông như đũa, có hai đầu, em có biết không?
Em một đầu sông, anh một đầu sông, xa quá!
Quay đũa lại gắp từng chút cá
Ai quay đầu sông cho núi ngả rừng nghiêng?

Em nói tiếp đi... Ai quay đầu em
Cho em ngã vào ngực anh đang vỡ?
Những trái cau vườn Nam Phổ
Mướt màu trăng, em ạ, ngày xưa!

Gần tới Rằm, trăng đẹp như mơ...
Mà thấy trăng thôi chớ không thấy được người trong mộng
Tiếng tim đập tưởng là tiếng sóng
Vỗ về nhau em nhỉ cũng bờ sông!

Nếu sáng ngày xưa em không mặc áo hồng
Em đừng đội mũ Hoàng Hậu... thì anh bồng em đi trốn
Trong vườn cau có bầy chim đang lượn
Bên một bờ sông cá nổi nhấp nhô...

Em ơi em là Thơ
Trăng bỗng dưng mờ vì em không ở
Bên anh bây giờ bên anh nỗi nhớ...
Đường trăng xa, có lẽ trăng tà?

Và... Con Trăng Cũng Đục

Đêm qua, đêm Mười Bảy, đi trải chiếu nhìn trăng, nằm lặng im, chờ ngủ... Vầng trăng treo cửa sổ, hình như gió đong đưa rớt xuống lòng câu thơ Đêm qua đêm Mười Bảy!

Hồi em tuổi mười bảy, em có nhìn trăng không? Em có nghĩ bên sông có vườn cau của Ngoại? Chắc là em không hỏi nên Ngoại vẫn ra vườn, nhiều chiều nắng héo hon. Nhiều hoàng hôn cau rụng...

Em có hỏi tiếng súng vì sao cứ nổ hoài. Ai ở đó, chân trời? Ai mô chừ, góc biển? Em có nghe tê điếng khi xuống đò sang sông? Hương Giang nước vẫn trong như nước mắt em chớ? Trên bờ sông, lối nhỏ, hàng tre nhánh rung rinh. Em có nghe rùng mình, gió sông răng mà lạnh!

Đêm Mười Bảy quang tạnh, lòng chiếu sao đẫm sương? Anh trở mình nghe thương tiếng giường kêu lắc rắc, thấy trăng rơi mảnh bạc từng chùm Mimosa. Em với anh đều xa, xa từ em mười bảy, xa thêm ngày súng gãy, xa thêm muôn phương trời...

Dâu biển là đổi dời.
Tang thương là dâu biển.
Quả hồng chín lưu luyến trên cành chờ chim ăn. Từ lúc em sang ngang, Dran buồn... muốn khóc. Và... con trăng cũng đục. Bắt đền em, gì đây?

Vì Chỉ Em Là Một Mỹ Nhân

Đầu tháng. Trời mưa. Không thấy trăng. Mây che kín hết mặt cô Hằng! Năm nay ngộ nhỉ, mùa Xuân ướt, trăng chắc giống mình, nhớ cố nhân?

Mới bốn mươi năm, nhiều biến đổi! Lòng người, lòng Nguyệt, một thương đau. Cơ trời, ách nước, làm sao tránh? Thuyền chở trăng vàng đã tới đâu?

Chừng nao thuyền cũ về sông cũ? Hỏi gió, gió vù qua cửa gương. Hỏi giọt nước nằm tay lạnh ngắt. Nghe lời đáp lại: tiếng mưa suông...

Hỏi cả mặt sân, sân nước ngập. Đèn khuya như sáng chút trăng thừa... Đêm qua, đêm trước, và đêm trước, chỉ mấy đêm mà trăng rất xưa!

Đầu tháng. Mồng Hai, Ba, Bốn, Năm... Người tôi tha thiết có tên Trăng (khai sinh chẳng có ai tên vậy... vì chỉ em là một Mỹ Nhân!)

Mỹ nhân tự cổ như danh tướng! Danh tướng... đêm mưa đứng thở dài. Tiếc chứ tuổi đời ta ướt át liệu chừng mòn mỏi một đời trai!

Em ơi hãy chớp giùm con mắt, anh muốn đèn khuya, kia... cũng em. Mai nếu còn mưa, anh vẫn đứng nhìn trời mưa gió, ngó mông mênh...

Cái Tên Em Cầm Lên Cắn Được Không

Nhớ em quá nhiều khi anh muốn cắn cái mặt trời coi thử nó ra sao, coi thử ở trên cao vầng trăng có tựa gốc cây đa mà khóc, coi thử sự cô độc có phải là từng một áng mây trôi...

Nhớ em quá anh nhìn chiếc lá rơi, nhìn nụ hoa rụng nghe tiếng lòng vỡ vụn, trong lồng ngực trái tim tù túng, em là Nữ Thần Tự Do ngó ra biển, thương ai? Những đám mây bay... tà áo em ngày xưa có phải?

Nếu hồi đó anh đừng về trường con gái, đừng đi quanh sân cỏ mùa Hè, đừng nhìn hàng cây khuynh diệp nắng vàng hoe, đừng nhớ tóc em bay. Chiều ơi, đừng gió...

Bao nhiêu năm rồi anh chỉ là cọng cỏ che mặt trời một chút gió hiu hiu. Bao nhiêu năm rồi anh chỉ là chút nắng chiều mong tắt ngúm để vầng trăng lên sớm. Em là vầng trăng, vầng trăng hồi tưởng. Em là tình yêu, anh có tội vì em...

Cho anh được nói thêm: Nhớ em quá, anh muốn ôm mặt trời cấu xé, ôm cái tên em cắn ra từng hạt lệ, cắn Việt Nam một cuộc đoạn trường dài. Nếu hồi đó anh về trường con trai, cây khuynh diệp cái bóng có ngả nằm, kệ nó...

Em ơi em nhiều khi anh nhớ cái tên em anh cắn nhé cho đau...

Chào Hoa Tôi Đi

Giã từ em nhé chậu cúc vàng
Mùa Hạ đã tàn, Thu đã sang
Em biết: Thương em, anh chẳng nói
Chào hoa mà đi buồn mênh mang...

Chào hoa mà đi. Anh chào em
Vào đi! Nhặt lá rụng trên thềm
Để nguyên cái bóng trăng đêm trước
Một đêm nào anh nói nắng lên...

Bây giờ, trăng đó, mùa Thu đó
Cứ nghĩ tình anh chẳng có gì
Muốn lắm ghé môi người dấu ái
Đành hôn hoa cúc để chào đi!

Tới đây lỡ hẹn trời mây nước
Cũng tới đây mình gặp muộn màng
Thì có cầm tay rồi cũng vuột
Mơ màng không thể chuyến đò ngang...

Giã từ em nhé, giã từ hoa
Một đóa trăng mai sương đọng nhòa
Em có khóc khi vào khép cửa
Thì người ngoài cổng đã đi xa...

Ảnh: Phạm Anh Dũng

Gió Thổi Qua Ngọn Cây

Em là người rất lạ, qua đây hoài thành quen. Hi! Tôi đã chào em, đôi ba lần, thành bạn...

Hôm nào, em xa, vắng, con ngõ buồn, buồn hiu. Em! Bây giờ ở đâu? Mây buồn hiu, màu xám...

Có nhiều ngày tôi nán đứng chờ em cả ngày, gió thổi qua ngọn cây, mùa Thu về, lá rụng...

Người xa không thấy bóng, nhiều đêm trăng buồn hiu. Tôi biết mình đã yêu vầng trăng, kia, thẳm thẳm...

Từ ngày em xa vắng, tôi nghĩ trăng là em. Rồi từ đó, đêm đêm, tôi với trăng là bạn...

Buồn nhất đêm cuối tháng, trăng mô rồi hỡi trăng? Giống như em đi ngang mới hôm nào, mất biệt!

Tôi hiểu chữ tha thiết khi người ta tương tư. Tôi hiểu sao bài thơ thường chở buồn thiên cổ...

Em đi về Nam Phổ, tôi nghĩ vậy, mơ hồ... Những trái cau chín, khô, chắc em đang cúi nhặt?

Ngoại không còn, Ngoại mất. Những ngọn cau xanh xanh, những đám mây mong manh, trăng hoàng thành ai hứng?

Tôi tưởng người trong mộng, tôi gặp em như mơ, tôi nhớ Huế ngày xưa, em là ai... mười bảy!

Hải Giác Thiên Nhai

Em ơi đêm nay trăng
Đẹp như một đóa hoa hồng vàng
Anh đưa tay với hôn qua gió
Trăng thản nhiên nhìn xuống thế gian!

Trăng thản nhiên nhìn anh, giống em
Khi anh nói nhỏ, rất êm đềm:
Là thương em lắm, thương em nhất
Em chỉ cười thôi. Không nói năng!

Em ơi trăng đó. Trăng xa xăm
Em như trăng vậy – không gần gũi
Buồn nhỉ
Người dưng chẳng họ hàng!

Em chẳng đầu sông
Anh chẳng cuối sông
Mà kẻ đầu non, người cuối biển
Non thì cao vút. Biển mênh mông!

Chỉ mây đậu được trên đầu núi
Chỉ mây bay qua được đại dương
Hải âu quanh quẩn vùng hoang đảo
Anh với em mờ trong tuyết sương.

Tháng này ở Mỹ đang mùa tuyết
Trăng sáng lát rồi đẫm tuyết rơi
Là nước mắt ai, không biết nữa
Hỏi nhau, không khéo chẳng ai cười!

Em ơi em đẹp như trăng nhé
Anh cúi đầu hôn trăng ở đây
Trăng ở đầu non, em có ngắm
Xa vời cuối biển. Bóng mây bay...

Hãy Coi Như Bài Thơ Tứ Tuyệt

Tôi nói chuyện với đóa hoa hồng: "Có cách nào tôi quên em không?". Hoa hồng nở nụ cười rất đẹp: "Mặt trời luôn luôn mọc ở hướng Đông!".

Tôi hiểu ý hoa hồng muốn nói: "Khi ta nhớ ai đó thì ta như mặt trời, đừng đi đâu mà vội, hướng về đâu cũng là những tia nắng soi."

Sáng mặt trời mọc, chiều mặt trời lặn, một ngày qua đều đặn từng ngày. Có những lúc nắng chói chang... vì nắng!.... là bởi vì lòng người cũng nóng dạ nhớ thương ai!

Tôi là mặt trời, em là mặt trăng, dám lắm. Tôi là ban ngày thì em nhất định là đêm. Có những ngày mặt trời thật thảm: mây che kín bầu trời, cả một ngày đen...

Tôi vẽ em là vầng trăng buổi sáng. Tôi tưởng tượng em là ánh sao hôm. Tôi hơn mặt trời là lòng luôn luôn rạng bởi vì em nguyên vẹn nhớ thương!

Dù tôi là mặt trời trong đám mây vần vũ... dù em là một thoáng hương bay... hai đứa mình đầu non cuối biển, vẫn nhớ thương thầm thì như gió thổi qua cây...

Thơ tứ tuyệt em ơi tôi thích
Buổi sáng hôm nay viết được gì?
Tôi hỏi hoa hồng câu đó nhé
Hình như em có chớp hàng mi?

Màu Hoa Quỳ Vàng Đậm Trăng Cũng Vàng Như Hoa

Cây hoa quỳ bờ mương, em trồng lâu, anh nhớ, hồi xưa em từng ở Đà Lạt, anh nhớ mà... Nhiều năm cây ra hoa, nhiều năm anh vắng mặt. May mà anh chưa mất, ba mươi năm anh về... Cây hoa quỳ, hoa quỳ! Em ơi, anh quỳ xuống, cây vườn em nở muộn, hoa vẫn màu ngày xưa...

Anh rời em buổi trưa, cây dã quỳ bịn rịn. Anh không còn là lính nhưng còn tính... hào hoa. Trưa đó mà chiều tà, trưa đó mà tối nhỉ, con trăng chắc nhỏ lệ: ôi tình yêu tình xa... Hôn em chút tóc xòa. Hôn em rồi lặng lẽ. Chút gió buồn như ghé, sóng bờ sông long lanh...

Em không gọi theo anh. Anh không quay mặt lại. Hút hao đời con gái. Anh tệ hơn màu mây...

*

Anh ngồi trên máy bay. Máy bay ra phi đạo. Máy bay kêu rào rạo. Máy bay bay lên trời. Anh thật xa, xa rồi, Sài Gòn nhìn trở ngược, tưởng tượng em từng bước nặng tình nước tình non. Hoa quỳ từ Đơn Dương theo em tình chung thủy... Anh nghĩ anh thật tệ... Xa em không một lần!

Và tối đó, nhìn trăng, em ơi anh buồn lắm. Màu hoa quỳ vàng đậm. Trăng cũng vàng như hoa...

Một Bài Thơ Tân Hình Thức

Đêm nay, em ạ, trăng là Nguyệt
Rằm, Tết Trung Thu, Nguyệt của Rằm
Nếu Mạ đừng sinh con gái nhỉ
Thì đời đâu có Nguyệt Giai Nhân!

Đêm nay, em ạ, em duy nhất
Ngự trị bầu trời một trái tim
Anh hỏi tại sao trời đất rộng
Mà lòng anh chỉ hướng về em?

Đêm nay thì cũng đêm năm ngoái
Năm ngoái, bài thơ Nguyệt diễm kiều
Em sáng rực trên đèo Ngoạn Mục
Muôn đời anh chỉ một người yêu!

Đêm nay, con dốc Bà Trưng đó
Những trụ đèn, em ạ, đang nghiêng
Nhớ em mười sáu trăng như nụ
Mười bảy Trời ơi... anh mất em!

Đêm nay, nghĩ tới đêm mười sáu
Trăng vẫn tròn trong chiếc nón thơ
Em ở vườn cau sau bước Ngoại
Rồi sau, sau mãi bóng con đò...

Đêm nay, nghĩ tới đêm mười bảy
Em lấy chồng rồi, tiếc lắm sao!
Cây bưởi, cây bòng hoa tím rịm
Vườn cà anh dạo nát ca dao!

Hỡi Diễm Lệ em, Kiều diễm lệ
Hỡi người con gái của Đơn Dương
Vườn cau Nam Phổ mùa Thu mới
Ai nhỉ ai chờ ai héo hon?

Tôi làm bài thơ tạo cái hình
Từ vầng trăng sáng giữa mông mênh
Biết mình hư ảo đời hư ảo
Ai cấm lòng tôi thương nhớ Em?

Nụ Hoa Vàng Ứa Lệ Giọt Mù Sương Đêm Qua

Tôi mới vừa ra sân ngắm trăng Rằm tháng Bảy, nhớ ơi khu vườn Ngoại cau và trăng đánh đu... Những ngọn cau như dù che ai mười bảy tuổi vén quần qua con suối rồi xuống thuyền sang sông... Tháng Bảy tháng nhớ nhung những người không còn nữa!

Tháng Bảy buồn thế đó, năm nào cũng giống nhau: vườn Ngoại những hàng cau gió vi vu Nam Phổ. Người đi êm như gió. Gió êm như chân ngà mỗi bước một nụ hoa mimosa óng ánh...

Hỡi gót hồng có lạnh cho tôi cài nụ hôn, cho vầng trăng trên non chải suôn hoài suối tóc. Tôi đang nghe dế khóc / đêm này, Rằm Trung Nguyên!

Tôi đang nói với em: Anh nhớ em nhiều lắm! Tình mến thương thăm thẳm, tôi nói thầm với trăng. Trăng có thể Dran, trăng có thể Đà Lạt... Trăng đang vàng Trại Mát, trăng bát ngát Prenn, trăng trên dốc Bà Trưng mơ màng khung cửa sổ...

Em ơi anh quá nhớ / ràn rụa lòng anh trăng! Mai sáng trăng chưa tàn / còn vàng hoa hồng nhé! Nụ hoa vàng ứa lệ / giọt mù sương đêm qua...

Buổi Mai Trong Vườn Hạnh

Sáng.
Con gà gáy sớm làm em dậy, phải không?
Nằm yên cho anh bồng, hôn môi hồng em nhé!
Con gà không gáy trễ, chào bình minh đi em!
Chào kìa, vầng trăng lên! Trăng buổi mai đẹp quá...
Lát nữa rồi, tất cả rực rỡ trong nắng ngày
Ánh sáng trăng ban mai thành mây bay... càng nhớ...

Em ơi!
Nhật Nguyệt là em đó, anh bồng em, anh hôn!
Anh bồng em, Nước Non. Anh bồng em, đại hải.
Người đi rồi trở lại, về với Quê Hương thôi!
Quê Hương đẹp nhất đời... đời người có Tổ Quốc!
Anh không còn cô độc vì có em trên tay...
Dù em là đám mây... nên mưa Dran... nhớ!

Em cứ là con thỏ đôi mắt tròn xoe nha!
Anh cứ là con gà gáy cho em dậy sớm!
Em ơi hoa đang chớm vì em mà nở xinh
Em ơi... một chữ Tình đời đời mang không nổi!
Ánh trăng xua bóng tối, mình xua hết chuyện buồn!
Đất Nước mình đứng lên, và, thưa em: Thức Dậy!

Em! Cali rừng cháy, cháy lòng anh nhớ em!
Anh nhớ em hồi đêm, anh nhớ em ngày mới
Anh biết chớ em đợi... ngày nào đó anh về...
Em lại tung tóc thề giống như ngày em nhỏ...
Giống như là con thỏ hai mắt mở tròn xoe...
Ôi Dran đang mưa, em ướt đầu, có lạnh?
Anh đang trong vườn hạnh, hummingbird vừa bay...

Em là vầng trăng mai tan theo mây, chút nữa...

Sáng Nay Em Đẹp Thiệt

Sáng nay em đẹp thiệt... mặc áo tím dễ thương, anh gọi em Hoàng Hôn... là muốn hôn Hoàng Hậu!

Sáng nay con chim đậu trên nhành liễu kêu em. Em ngước mặt nhìn lên, ôi em xinh chi lạ!

Em làm anh nhớ quá dù bây giờ bên em. Biết lát nữa nhớ thêm, nói chừ cho thêm nhớ!

Hình như anh có nợ em áo tím hoa cà? Màu hoa không kiêu sa bởi em hoài diễm lệ!

Nợ em anh trả trễ, chừ em có áo rồi, anh cứ nợ em thôi: áo mai vàng Tết nhé!

Ôi mai vàng Tết sẽ rực rỡ nước non mình, em – Hoàng Hậu Bình Minh, vầng trăng mai nạm ngọc...

Anh có niềm hạnh phúc: được ngắm em mỗi ngày, xa thì em là mây, mây đổi màu chiều sớm...

Em có niềm mong muốn: có anh để em khoe khi thì áo đỏ hoe, khi thì áo tím thẫm...

Mai mốt rồi hồng đậm, mai mốt rồi xanh lam... nàng Công Chúa lang thang đi trong rừng xanh biếc...

Và em thành Bạch Tuyết, thành Hoàng Hậu Hoàng Hôn. Áo tím em anh thương, áo tím em anh thương!

Bởi Vì Em Là Trăng

Tôi ngắm trăng nửa đêm
Tôi nhìn trăng mỗi sáng
Tôi sợ mình ngủ nán
Không chừng tôi mất em?

Tôi sợ em là chim
Bay trên lòng biển rộng
Biết đâu những ngọn sóng
Sẽ cuốn chìm mất em!

Tôi sợ em là thuyền
Thuyền đi qua sông thẳm
Bờ bên kia xa lắm
Bên nay gần, không duyên...

Tôi sợ em, sợ em
Tan như sương phía Bắc
Như nắng miền Nam nhạt
Rồi mưa, mưa liên miên...

Tôi ngắm trăng nửa đêm
Tôi nhìn trăng buổi sáng
Tôi nhủ lòng đừng nản
Bởi vì trăng là em!

Có khi nào trăng quên
Hiện ra không em nhỉ?
Tôi sợ giông ầm ĩ
Tôi sợ gió rì rào...

Một Vầng Trăng Duy Nhất

Chưa bao giờ tôi thấy ai đó đẹp hơn em! Nếu tôi phải nói thêm: "Chỉ mình em đẹp nhất!".

Em nhìn kìa, ong mật vì sao nó lao lung? Vì nó để trọn lòng Tôn Thờ Con Ong Chúa!

Em nhìn kìa, hoa nở, em có hỏi tại sao...em không nghe tiếng chào, em chỉ thấy hoa nở?

Vì em, muôn hoa đó nở mỗi sáng, bình minh! Vì em là chữ Tình mà anh luôn nắn nót!

Có thể em đau xót khi thấy hoa tạ tàn. Có thể em rất buồn khi nghe tin anh chết!

Cái gì còn cũng hết, cái gì có cũng không; ông Phật đi vòng vòng hiểu ra điều Chân Lý!

Tại sao mình ở Mỹ? Mỹ có là Quê Hương? Chắc em cắn môi hường và lắc đầu nguẩy nguậy?

Quê Hương mình, chỗ ấy, thung lũng Dran, mà! Quê Hương mình bao la: sông Hồng Hà, sông Cửu!

Anh yêu em, tự thú: Anh chỉ yêu em thôi... Em là trăng trên trời và vầng trăng chỉ Một!

Có thể anh dựa cột để nghe em la rầy . Có thể anh lưu đày... em, Quê Hương... nếu mất!

Ôi Trăng Dễ Thương

Con trăng buổi sáng, tôi gọi Trăng Ngày.
Hỡi trăng nhớ ai mà trăng chưa lặn?
Lát nữa trời nắng, trăng nóng lòng không?
Nước mắt của trăng sao đong cho hết?

Biển sông biền biệt, trăng ơi trăng à...
Trăng là căn nhà tôi thương khung cửa.
Trăng là nỗi nhớ, tôi nhớ Quê Hương...
Con trăng ngậm sương. Ồ con trăng khóc...

Tôi đi đò dọc, đâu cũng còn trăng...
Tôi gọi cố nhân là trăng đó nhé!
Tôi không nặng nhẹ với trăng bao giờ...
Trăng là giấc mơ – giấc- mơ- buổi- sáng!

Thơ tôi lãng mạn vì trăng là bờ.
Thơ tôi bơ vơ vì trăng cô độc.
Ôi trăng mái tóc, tóc bay mù sương...
Ôi trăng dễ thương ôi trăng dễ thương...

Trăng Không Có Lỗi

Ai cũng biết vầng trăng không có lỗi
Mà ghét vầng trăng vì trăng sáng vô cùng
Trăng như mặt trời, đứng dậy đằng Đông
Rồi ngã xuống đằng Tây cho ai làm thơ tình bối rối?

Ai cũng biết vầng trăng không có lỗi
Nhưng tại sao trăng lại đẹp... vì ai?
Ông Trời sinh trăng không có hai
Trăng soi chi cái bóng của người nào bên cửa?

Đêm mồng Bảy tại sao trăng còn nửa?
Nửa cho ai? Nửa hiện đó vì ai?
Trăng dễ thương, trăng dễ ghét, trăng cười...
Trăng thản nhiên bởi vì trăng vô tội?

Ai cũng biết vầng trăng không có lỗi
Vậy thì anh có lỗi với em?
Anh đã xa em đã mấy ngàn đêm
Nếu không có chiến tranh, trăng không chìm trong lửa!

Có nhiều lúc nhìn trăng tôi nhớ
Mình làm trai ôm cây súng ngủ rừng
Có nhiều đêm nghe mưa rưng rưng
Tôi không nghĩ là vầng trăng nhớ tôi trăng khóc...

Ai cũng nói ôm được trăng là hạnh phúc
Chỉ có người làm thơ ôm được trăng thôi.
Tôi làm chi thì tôi cũng làm người
Làm người thơ, bao giờ tôi làm được?

Tôi muốn tôi như mọi người, thưa thốt:
Trăng ơi trăng, không có lỗi, sáng hoài nha!

Trời Hỡi Làm Sao Cho Hết Đói
Gió Trăng Có Sẵn Làm Sao Ăn

Khi tôi nói về trăng, nhìn đâu cũng thấy trăng. Kìa cái mặt em nhăn: "Em là Trăng- duy- nhất!"

Nam mô A Di Đà Phật! Em giận lẫy thật duyên... mà cái Tâm chưa yên, coi chừng ông Phật phạt!

Hết giận, em hơn mát. Kệ em! Trời mùa Đông, mát đi cho lạnh lòng... rồi buồn hiu ngồi khóc!

Tôi dỗ em thật cực, cách chi em cũng buồn, cái mặt như trái soan, chừ trái soan... tím ngắt!

Tôi lên rừng, đi mất, coi như chiến tranh còn, em thành đá sẽ mòn, tôi thả hồn về phủ...

Trăng là nguồn thi tứ, em cứ la tôi hoài, em nghĩ trăng là ai? Ai xinh hơn em chứ?

Hàn Mạc Tử bất tử, vì yêu trăng đó em! Hàn Mạc Tử không quên vầng trăng thôn Vỹ Dạ...

Và tôi thì Nam Phổ, nhớ trăng trên vườn cau, nhớ Ngoại ngồi nhai trầu, nhai từng mảnh trăng ngọc...

Và nhớ em chải tóc bên thềm trăng, dễ thương. Hồi đó má em hường ánh trăng vàng lóng lánh...

Hồi ở rừng, tôi lạnh, nhìn trăng tôi thấy em. Lửa bừng lên trong tim, tôi gọi em là Nguyệt...

Mười năm tôi chưa chết. Muôn năm trăng vẫn còn. Ôi em, mặt trái soan, ngước lên cho trăng rọi...

Tôi yêu em, ai hỏi, tôi nói tôi yêu em... Yêu ánh trăng bên thềm, yêu người yêu chải tóc...

Và em tha hồ khóc, này bờ vai... tàn binh!

Em Mãi Mãi Con Gái Mãi Mãi Là Vầng Trăng

Năm Con Mèo, năm nhuận, đào nở sớm tự nhiên!
Giống như em có duyên... Đà Lạt nhờ em... Đẹp!

Anh chúc em Ngày Tết vui nha vui thật vui
Anh biết em có người yêu em yêu mãi mãi

Em mãi mãi con gái mãi mãi là vầng trăng
soi sáng cõi thế gian, mượt mà tà áo lụa...

Em cũng là ngọn lửa sáng lên mỗi bình minh
Em làm chim trên cành hót lời chào ngày mới...

Năm nay Tết chưa tới mà đào đã nở rồi
Chắc chắn Tết vẫn tươi vì hoa đào còn nở...

Và em là nỗi nhớ của anh cuối trời xa!
Em ơi trời bao la, anh yêu em cũng thế...

Năm nhuận thì Tết trễ mà sẽ không trễ tràng
Anh hái nụ hoa vàng đền cho em sau Tết!

Hoa vàng nở mải miết: Trái Tim anh của em!
Mình sẽ lên Lâm Viên... hoa duyên em cài tóc!

Có thể là em khóc. Hạnh Phúc: trời mưa bay
Cảm ơn nhé năm nay hoa đào đang nở, đó...

Vầng Trăng Như Ai Tô Màu Vàng

Vầng trăng như ai tô màu vàng? Nằm trên mây, kìa mây lang thang... Vầng trăng không bay không như chim. Vầng trăng thâm nghiêm như môi nàng...

Vầng trăng nghe chăng tôi kêu mưa, về đi về cho trăng bơ vơ. Không ai thương trăng bằng tôi thương / ngay khi trăng trong rồi trăng mờ...

Trăng buồn hay không bao giờ buồn? Tôi đau lòng trăng run trong sương. Tôi làm sao ngờ trăng vô tình / khi thân ngà trăng nghiêng trên non...

Trăng nghiêng về đâu? Trăng muôn màu / xinh vô ngần trăng soi hoa cau / trăng thơm lừng hương cau mơn man, vườn cau xưa hương bay me ngào...

Đêm Rằm nhìn hình trăng hình tròn, dù môi trăng không hề tô son / mà đại dương ba lan êm đềm / từng cù lao mời trăng nghiêng lưng...

Từng cù lao mời trăng xin hôn, xin cho đêm nay không còn buồn, trăng nằm im trên vai từng người, trăng chan hòa từng câu yêu thương...

Ôi trăng ơi tôi yêu trăng nhiều, chưa bao giờ đong xem bao nhiêu / chưa bao giờ trăng vơi trăng đầy / mà muôn lần trăng nguyên đăm chiêu!

Tôi yêu trăng yêu từ tương tư, từ Tương Giang mây giăng trăng xưa, lòng tôi trong vì trăng pha lê, trăng là hoa, hoa mai tôi mơ...

Từ sa trường tôi cầm hoa mai. Trên non sông đôi khi trăng gầy. Tôi hôn trăng cài trên buồng tim. Tôi chung tình trăng không chia hai...

Em Có Cần Không Một Chút Nhớ Quên

Hồi đi, freeway năm mươi bảy
Hồi về, freeway sáu lẻ năm
Con trăng Rằm sáng rực
Xa lộ vẫn mù tăm...

Người ta lái xe, ta ngả lưng nằm
Trăng sóng sượt nằm trên tay lái
Ta nhìn trăng ta không nhìn ai
Cho đến khi ta nghe tiếng xe dừng lại...

Con trăng trôi trên con đường khuya
Ta ôm buồn hiu ta đi về
Xe chạy rồi khói bay thơm ngát
Ánh trăng vàng bàng bạc mù sương...

Freeway nào ta cũng thấy thương
Cả con đường vào nhà ta ở
Nghĩ tới một mai ta không còn nữa
Có con đường nào chết với ta đâu!

Ta cắn từng ngón tay ta cắn từng chút buồn rầu
Ta giả bộ làm như đời đáng chán
Hỡi vầng trăng sao em cứ sáng
Mà lòng ta thì cứ âm u?

Trăng không nói, chỉ nhành cây rung lá
Sóng bờ sông lả tả cánh bèo
Ta thức dậy thấy trăng còn treo
Ta lấy bài thơ ta treo bên cạnh...

Mùa Đông rồi, mùa Đông thật lạnh
Ta nhìn trăng, trăng rớt trên đồi
Sợi dây treo trăng đã đứt làm đôi
Ta cầm lên săm soi: sợi tơ tằm óng ả...

Freeway năm mươi bảy, sáu lẻ năm xa, xa quá...
Bụi. Mù sương. Những ánh đèn pha
Ồ! Câu thơ! Câu thơ của ta
Em cầm thử, thấy thế nào, nặng, nhẹ?

Ta ký tên, tên ta Trần Vấn Lệ
Em có cần không Một Chút Nhớ Quên?

Bạt

Màu Trăng Trong Thơ Loang Loang

Mấy hôm nay trời vào Hạ. Nóng. Nóng đến lạnh người! Lạnh là rợn đấy! Đi chút công chuyện phải lên xe. Đường ra xe chút xíu mà nóng ê ẩm cả cái đầu. Đêm nay chắc là trăng sáng lắm?

Ở Mỹ tôi không nghe ai nói gì về trăng. Hình như đến xứ người ai cũng lo phần mình, lo nhất là đóng thuế! Làm gì ra tiền cũng phải đóng thuế để về già không bị nghèo! Anh em bè bạn ít khi gặp nhau. Gặp nhau thường vào sáng Thứ Bảy, cà phê rồi tụ họp đâu đó uống bia, uống rượu nói chuyện tào lao! Tuổi của người nào cũng... có tuổi! Nhiều người vào Viện Dưỡng Lão, nhiều người mới thấy đó rồi không thấy nữa! Chết dần... May mà chẳng ai có chí hướng. Thôi thế cũng đành! "Lũ chúng ta lạc loài dăm bảy đứa, bị Quê Hương ruồng bỏ Giống Nòi khinh!", thỉnh thoảng ai đó nhắc thơ Vũ Hoàng Chương rồi rùng mình! Thật như mơ! Mơ không tỉnh! Đọc báo thì đọc Phân Ưu Cáo Phó... Anh em thương nhau thật tình, chỉ cái tình thôi chớ ai viết văn, viết báo đều bó tay vì không có tiền nhuận bút bao giờ! Lũ chúng ta... đều cười rộ cho qua biển. Vui chứ?

Tôi ôm trăng và làm thơ!

Tôi nhớ Lý Bạch ôm trăng mà chết. Tôi nhớ Nguyễn Du ngây thơ không biết ai cầm dao xẻ mặt trăng làm hai. Tôi nhớ Hàn Mạc Tử thấy trăng giống y chang cái khuôn vàng lấp lánh dưới đáy khe...Tôi ôm trăng, nếu thơ không có thì ngủ. Vậy thôi!

Buồn nhất của tôi là nhớ Đoàn Thị Điểm, những câu:

Hồn tử sĩ gió ù ù thổi
Mặt chinh phu trăng dõi dõi soi!

Bạn tôi nhiều, nhiều lắm, chết cũng khá nhiều... Bây giờ hồn tụi nó ở đâu? Trên đầu ngọn sóng? Trên đầu ngọn gió...

Tôi có mừng, có vui khi biết vợ con những bạn từng ở chung một cõi núi rừng, chết vì bệnh, nay được qua Mỹ theo diện chữ H... Chúng tôi không gặp nhau. Đường xa. Chẳng giúp gì nhau được thì ngày tháng sẽ quên thôi. Biết bao người đã bị lãng quên?

Chàng từ đi vào nơi gió cát
Đêm trăng này nghỉ mát phương nao?

Chuyện của Chính Phủ, của Nhà Nước... không có gì phiền! Mình vô tư cách! Mình chỉ còn dăm bảy chữ thả hồn theo mây bay...

Tôi yêu trăng. Tưởng tượng trăng có cánh. Tôi là con chim cánh cụt... ngước lên trời ngó trăng!

Tôi in tập thơ này, nói về trăng, lang thang. Tôi biết ơn Nguyễn Thiên Nga, Lê Nguyễn Minh Quân đã đọc, chọn lựa thơ tôi theo chủ đề trăng, làm bìa, layout và đưa in... Tôi gửi lời cám ơn đến Họa sĩ Nguyễn Thành Trung đã cho sử dụng bức tranh bìa rất đẹp; cảm ơn Nhiếp Ảnh gia Phạm Anh Dũng đã đồng ý cho tôi sử dụng những tấm ảnh về Trăng Đà Lạt rất ấn tượng và gợi nhiều niềm nhớ. Tôi đa tạ tình thân của các anh Luân Hoán và Lê Hân, những người chủ trương Nhà Xuất Bản Nhân Ảnh, không từ chối tôi lần nào cả...

Trời đất bao la. Tình thương mến thương mong tỏa như màu trăng bát ngát.

Yêu lắm ngón tay ai đó chỉ lên trăng... Yêu trăng mãi mãi từ ngón tay đó!

Tháng 7/2023

Trần Vấn Lệ

Đôi Lời Về Trăng Trong Thơ Trần Vấn Lệ

Nhận lời biên tập và layout tập thơ riêng về Trăng của thi sĩ Trần Vấn Lệ khá lâu rồi, vậy mà tôi lần lữa mãi. Vì bận rộn cũng có, nhưng lý do chính là khi lạc vào rừng Thơ của ông thì tôi như lạc vào mê hồn trận. Chuếnh choáng, hụt hơi,...và nguồn động lực giúp tôi tạm hoàn thành lời hứa với thi sĩ chính là vì niềm tin ông đã dành cho tôi.

Dĩ nhiên, tôi chưa bao giờ thấy mình giỏi giang trong lãnh vực văn chương này. Tôi chỉ biết mình có đủ niềm đam mê, tình yêu dành cho sách vở, văn thơ. Tôi làm công việc này hoàn toàn tự nhiên, hồn nhiên và đương nhiên; vì tôi là một người bạn nhỏ của ông từ mấy mươi năm trước – khi ông là một người quen thân trong gia đình và tôi còn là "con nhỏ mặc áo đỏ" tuổi chưa lên mười, hay đọc lén Tuổi Hoa.

Như đã viết trong phần Tựa tập Thơ, tôi tự thấy mình không đủ ngôn từ để biểu đạt hết cái hay, cái đẹp, cái riêng về Trăng trong thơ của thi sĩ Trần Vấn Lệ. Trong bài này, tôi chỉ xin trích những câu thơ ông viết về Trăng mà tôi thích nhất với đôi lời dẫn đơn sơ. Bản thân ngôn từ, ý thơ của ông viết đã mang nét đẹp riêng và mong mỗi người cũng sẽ có cảm nhận riêng mình.

***

Với thi sĩ Trần Vấn Lệ, Mặt Trăng hay trăng, nguyệt không chỉ là vệ tinh tự nhiên duy nhất của Trái Đất mà đã được nhân cách hóa – Trăng trở thành người thân, là học trò của một thời thi sĩ làm thầy giáo, là người bạn đường. Đặc biệt hơn, Trăng chính là Nàng Thơ của thi sĩ.

Sự gần gũi, thân thiện quá dễ thương:

> *Năm giờ sáng, mở cửa, trăng bình minh ùa vào, chưa ai kịp nói chào, ôm nhau hôn trước hết... Hình như trăng có mệt (đang bắt đầu hạ huyền). Hình như mình có duyên (còn yêu trăng nguyên thủy).*
> *Trăng ơi trăng là ai, kìa học trò đi học, một thời tôi hạnh phúc đứng bên tấm bảng đen, gọi học sinh bằng em, gọi thầm trăng bằng Nguyệt... Ôi vầng trăng xanh biếc bát ngát Thệ Hải Kiều...*

Ông gọi Trăng bằng Nguyệt. Ông gọi Em bằng Nguyệt, không chỉ một lần mà là mãi mãi.

> *Hồi ở rừng, tôi lạnh, nhìn trăng tôi thấy em. Lửa bừng lên trong tim, tôi gọi em là Nguyệt...*

Trăng lạ nhỉ hiện ở buổi mai
Anh nhớ em gọi tên em là Nguyệt
Anh nhớ em con mắt liếc
Cái đuôi dài chắc tới hoàng hôn?

Đêm mồng Mười trăng bạc chút sương
Nguyệt dù Nguyệt Bạch, một lòng thương
Bởi em là Nguyệt em không đổi
Một chút sương mờ, tóc vẫn vương...

Người tôi tha thiết có tên Trăng (khai sinh chẳng có ai tên vậy... vì chỉ em là một Mỹ Nhân!)

Ngỡ ngàng nhớ tới câu thơ rất đẹp của thi sĩ Đinh Hùng:

Chưa gặp em, tôi vẫn nghĩ rằng
Có người thiếu nữ đẹp như trăng
Mắt xanh là bóng dừa hoang dại
Thăm thẳm nhìn tôi, không nói năng

Thi sĩ Trần Vấn Lệ đã nâng bút hoa, họa tiếp bức chân dung đầy lãng mạn này:

Em, đôi mắt thỏ, đôi tròng nguyệt
Sáng mãi hồn ta những bất ngờ
Như bất chợt mưa, mưa khóe mắt
Cũng đầy một biển, biển trăng mơ...

Hồi tối tuyết nhiều, tuyết với trăng
Sáng nay tuyết sáng rực cung Hằng
Tưởng em đôi mắt xanh vầng Nguyệt
Càng nhớ vô cùng em biết không?

Có thêm một chút "nũng nịu" rất duyên:

Em một Vầng Trăng Ngọc, anh chẳng được là Chú Cuội sao? Chưa gặp em, lòng mơ ước mãi, đêm chờ trăng hiện, dạ nao nao...

Xin hãy nhận lấy chút mơ mộng vô cùng đáng yêu và thi vị từ người thi sĩ tài hoa:

Chỉ có trăng thôi, ngàn năm trăng ngự
Anh nhớ em, gọi tên em là Trăng
Anh mơ ước mình xây được cung Hằng
rước em về ngàn năm anh hầu hạ

Không có quân, tôi làm lính nhé

Cho tôi từng bước, bước hầu em...
Tôi đi hái hết trời hoa tuyết
Cài tóc cho nàng lúc Nguyệt lên...

Trăng đêm qua còn lung linh mây. Em ơi trăng tròn rồi trăng gầy, dáng em bước nhỏ đường quang đãng, gió nhẹ em lùa cho tóc bay...

Đường Trăng cổ tích với hoa tuyết trắng cài lên mái tóc đen dài, lấp lánh dưới ánh trăng vàng. Hình ảnh huyền diệu, các gam màu hài hòa, đẹp nao nao lòng. Xen vào đó là lời hỏi han ân cần, quá dễ thương và không dễ tìm:

Mặt trời chưa lên, trăng còn ngủ nán
Suốt đêm qua, muỗi có cắn trăng không?

***

Anh tưởng tượng dòng Tương Giang mất biến, bỗng giữa trời có một chiếc thuyền trăng, bỗng giữa đời anh có một giai nhân, là em đó, giữa mênh mông ánh nguyệt!

Chiếc thuyền con - trăng khuyết hao gầy, lóng lánh lướt đi chầm chậm trên màn trời đêm. Giữa cuộc đời anh u buồn, giông bão, em đã đến mang tia sáng dịu dàng. Thuyền Trăng trôi mênh mang, chở thơ tôi – những vần thơ đẫm khói sương và vương vương ngấn lệ.

Em ơi tôi gọi em là Nguyệt, là Hằng Nga trôi trên Hằng Hà, trôi trên chỗ bến mà em bỏ từ đó thuyền em trôi rất xa...

"Thuyền em" trôi rất xa vào một ngày tháng Chạp. Em theo chồng, em bỏ cuộc chơi, để lại trong hồn tôi một vầng trăng hao khuyết.

Tôi hứng ánh trăng vương đầy lòng tôi ngân nhủ...
Bao nhiêu năm mới đủ cho một thời tương tư?
Và bao nhiêu bài thơ mới che trăng kia được?
Bờ lau lách sướt mướt từ khi em sang ngang...

Em có nghe hồn tôi thổn thức:

Em ngó lên thấy vầng trăng phải không?
Tại em lấy chồng anh nhìn trăng mãi.
Em thời con gái mãi mãi muôn năm!
Anh nói với trăng, trăng muôn năm, dỗ!
Trăng nằm trên cỏ, trăng nằm trong tim...

Anh quá nhớ em tìm trăng anh ngắm.
Hồi lính, anh bắn, không hề bắn trăng.
Anh đói, không ăn sợ trăng sẽ hết!

Em ơi anh chết nếu trăng hao mòn...
Nếu trăng không còn...buồn anh nguyên vẹn!
Dẫu là lời hẹn gió đã bay đi...

Dẫu là lời hẹn đã bay đi theo gió, em – Trăng luôn cùng tôi trong cõi đời này.

Em là Trăng đó, Trăng Mồng Tám, mai mốt Mồng Mười, mai mốt Rằm. Trăng khuyết, trăng đầy, em chỉ một: Em Là Thương Mến mãi ngàn năm!

Và,

Em ơi em tại sao em không hỏi: "Anh yêu em hay anh yêu trăng?"
Em ơi em tại sao em không ghen, có phải vì trăng... là Giai Nhân Nan Tái Đắc? Nếu em hỏi, anh sẽ trả lời rất thật: "Em là Trăng mà Trăng cũng là em! Có khác chăng Trăng hiện trăng mờ... em thì, là Bài Thơ anh chưa bao giờ chấm dứt!"

Em là Trăng mà Trăng cũng là em. Em là Bài Thơ anh chưa bao giờ chấm dứt. Vậy có gì để ghen nữa cơ chứ!

Ngay cả khi em xa lìa thế giới này, để lại trong tôi khoảng trống và sự hụt hẫng đến vô cùng, tôi vẫn chờ đợi, chờ đợi để được nhìn thấy em trong màu trăng tê tái:

Em, bây giờ linh hồn trong màu trăng tê tái. Tôi nhìn trăng tê dại, tôi, đời tôi hoang vu...
Ôi em ơi mùa Thu con trăng còn biết lội, tôi chờ em về tối từng đêm trăng mùa Thu!

Nơi xa xôi đó, chỉ một mình, em có buồn không?

Trăng một mình trăng, trăng có buồn?
Có lòng không nhỉ để sầu thương?
Xưa nay không có... Trăng- Thi- Sĩ
Chỉ thấy người – Thơ Đẫm Khói Sương!

Em – vầng trăng duy nhất của tôi.

Và tôi muốn nói điều này với tất cả mọi người:

Ôi tôi yêu nàng tôi yêu nàng, đêm nay trăng xanh mai trăng vàng, em là duy nhất, em là Nguyệt, nghìn đóa bình minh một nhớ thương! Người ta còn nói: Trăng Ngà Ngọc – em trọn đời tôi – Một Bóng Trăng! Em trọn đời tôi là đại hải, là con thuyền đưa tôi vào mênh mông!

Thời gian... nước chảy qua nhanh, cái không dời đổi là Tình Thủy Chung.

Trăng trời, một cõi mênh mông, trăng trong ta: Một Tấm Lòng

Trung Nguyên!

Trăng nào cũng trăng- tháng- Giêng, màu vàng trăng mới dịu hiền làm sao! Tháng Bảy, tháng Tám, tháng sau, cũng như tháng trước, trăng màu nguyên sơ!

Anh nhớ em, anh đợi trăng chiều
Anh yêu em, anh cài trăng buổi sáng
Người ta có thể đập nát từng hòn đá tảng
Nhưng trái tim người vĩnh viễn là trăng!

Em có nghe gì không? Tôi đang nói chuyện cùng trăng:

Trăng à trăng ạ trăng ơi, trăng tròn như mặt một người, Rằm nha!
Năm hôm nữa, dưới hiên nhà, tôi treo đèn đợi, kết hoa, trăng về...
Nhìn trăng chải mái tóc thề, nhìn trăng nhẹ bước trên lề cỏ xanh...
Trăng là vàng, ngọc, long lanh... Trăng là yêu quý Trời dành cho tôi!
Lòng tôi tha thiết, nói hoài, chẳng riêng trong một mồng Mười đêm nay. Trăng có khi khuyết, khi đầy, tình tôi một trái tim này, thưa Em!

Hồi tối,

Tôi ngồi dưới ánh trăng, mênh mông thế giới một Cung Hằng, tha hồ mà ngắm trời, mây, nước, tôi nhớ em...

Ngồi dưới trăng, tôi nhớ một người; trăng gần người ấy lại xa xôi...
Mênh mông thế giới tình vô tận và quá buồn... ôi chiếc lá rơi!

Tôi đang nói với em: Anh nhớ em nhiều lắm! Tình mến thương thăm thẳm, tôi nói thầm với trăng. Trăng có thể Dran, trăng có thể Đà Lạt... Trăng đang vàng Trại Mát, trăng bát ngát Prenn, trăng trên dốc Bà Trưng mơ màng khung cửa sổ...

Anh yêu em, tự thú: Anh chỉ yêu em thôi... Em là trăng trên trời và vầng trăng chỉ Một!

Em - Vầng Trăng Sáng Trưng

Em ngàn năm chiêm bao. Em là cơn gió thoảng. Em là biển ánh sáng. Em vầng trăng của anh!

Đêm nay trăng chắc mờ mặc dù mây không có mà tại vì anh nhớ em vầng trăng sáng trưng!

Sáng nay, tôi bỗng dưng hái được Trăng, một đóa. Ôi vầng trăng cao

cả đang nằm trước tim tôi!
Dĩ nhiên đóa hoa cười và đóa trăng cũng thế! Trăng đẹp không sao tả. Tôi hôn trăng, hôn hoa...

Tôi vẽ lòng tôi vẽ bóng trăng, trong vòng tay tôi trăng giai nhân. Yêu trăng không biết làm sao tỏ, dệt mấy vần thơ phơi lụa trăng...

Thơ tôi lãng mạn vì trăng là bờ.
Thơ tôi bơ vơ vì trăng cô độc.
Ôi trăng mái tóc, tóc bay mù sương...
Ôi trăng dễ thương ôi trăng dễ thương...

Em... bóng, hình
Em... cũng bóng trăng! Tôi miên man tựa cửa Cung Hằng, em ơi có biết hoa đang nở, em hóa mặt trời...
Em... sáng trưng!

Thơ Tâm Tình Dâng Hiến
Vì em mà hiến dâng
Em mãi mãi là Trăng
Vầng trăng vàng Minh Nguyệt!

Chuyện Tình Yêu dành cho Trăng,
cho Em - Chuyện bình thường mỗi ngày.

Tôi vẽ ra những lâu đài cung điện, tôi vẽ ra những cung nữ nghê thường, nhưng chỉ có một người thôi – người rất dễ thương, tôi chú thích là nàng- thơ- yêu- quý!
Nàng thơ ấy là Vầng Trăng Thế Kỷ, mặt trời không lên tôi vẫn có Bình Minh! Tôi đưa nàng đi đến trước một ngôi Đình... để cho nàng đếm ngói – đếm tình tôi vô tận!

Những ngày trăng chưa lặn... Em ơi em là trăng! Hai cánh tay anh dang... mà chim trời không đậu!
Trăng nằm trên cây gạo, trăng nằm trên cây si, trong vườn, anh bước đi, trăng nằm trên hoa nở...

Anh rất ghét đôi môi em trễ. Anh rất ghét đôi má em hồng. Em nhìn kìa, mờ mịt núi sông, ai biểu em là vầng trăng trước ngõ...

Anh ra vườn hái Hoa Buổi Sáng. Anh ra vườn hái Trăng Bình Minh.

Em là vầng nguyệt không hề lặn. Em là Huế hoài, Huế của anh!
Ôi tôi yêu nàng! Tôi yêu nàng. Đêm nào Lăng Cô vầng trăng tan,
hoảng hồn tôi chạy về An Cựu, cảm tạ làm sao bóng nguyệt vàng!

***

Buồn không, buồn không Trăng?

Buồn không, buồn không thi sĩ?

Chỉ một câu thề để lại vào mùa Đông xa xăm. Mùa Đông quên hẹn ước. Mùa Đông run run vầng Trăng Lạnh, để:

Sáng nay ta ngó bình minh vỡ, ta vớt lên còn mấy mảnh trăng...

Dù sao cũng xin cám ơn, lời cám ơn trong xót xa.

Tôi cảm ơn trăng, trăng nuôi tôi bằng thơ
Tôi nói về mặt trời để chờ trăng rớt xuống
Rớt trên rừng kia hay trên đồng ruộng
Rớt ở đâu xin đừng rớt ngoài đại dương...
Có nhiều lúc tôi nghĩ trăng là sương
Mà sương thì... tan tan đi từng giọt
Có nhiều lúc tôi nghĩ trăng cũng khóc
Khi thấy tôi hiu quạnh cõi dương trần!

Trăng xưa, Trăng muôn đời trong trái tim mẫn cảm của thi sĩ đã nuôi sống ông, cũng nhiều khi khiến ông đau đớn. Càng yêu, càng đau. Một lần ngoái lại, ông đã kịp nhận ra:

Mùa Đông rồi, mùa Đông thật lạnh
Ta nhìn trăng, trăng rớt trên đồi
Sợi dây treo trăng đã đứt làm đôi
Ta cầm lên săm soi: sợi tơ tằm óng ả...

Sợi tơ tằm óng ả mong manh ấy đã đủ dệt bao nhiêu chiếc áo Thơ đẹp cho đời.

Tôi đọc đâu đó những câu như thế này:

"Ánh trăng với ta chưa bao giờ là sự lừa dối. Trăng khuyết rồi lại tròn, tròn rồi lại khuyết. Ta tiếc cho một phần duyên phận trong đời cũng phải tuân theo quy luật vạn vật như thế. Ta tiếc cho mình ngây ngất quá đỗi theo trăng, từng tưởng người là ánh trăng sáng nhất cuộc đời ta, nhưng rốt cuộc trăng tròn và sáng quá đôi khi sẽ lạnh giá."

Tôi nghĩ đến cuộc đời thi sĩ Trần Vấn Lệ cùng những thăng trầm, đa đoan. Tôi biết ông không tiếc nuối khi có một TÌNH YÊU (viết hoa) dành cho Trăng – Thơ, thủy chung, vĩnh cửu và đẹp đẽ ngần ấy.

Từ khi gọi nàng là Nguyệt, Thơ - Hơi Thở của ông đã thuộc về nàng mãi mãi.

Dù lúc này, đứng trong bóng hoàng hôn của cuộc đời, ông đã bắt đầu buông lơi nhẹ nhàng hơn và "ký tên, đóng dấu"

Ta ký tên, tên ta Trần Vấn Lệ
Em có cần không Một Chút Nhớ Quên?

Dalat, một ngày mưa đọc thơ TS Trần Vấn Lệ

Nguyễn Thiên Nga

Ôi Trăng Dễ Thương

Trăng trong thơ của Thi Sĩ quả là một biến thiên huyền diệu, sự huyền diệu không ở nét đẹp của Trăng, của Ánh Trăng mà Trăng được nhân hoá, được hình tượng hoá, được "mượn xác gửi hồn" nên người đọc Thơ lơ mơ như tôi thật sự hoang mang và bối rối trước Tình Trăng bất tận: Là chính Thi Sĩ hay Nàng, là Cố Nhân chăng?

> *"Tôi đi đò dọc, đâu cũng còn trăng... Tôi gọi cố nhân là trăng đó nhé! Tôi không nặng nhẹ với trăng bao giờ... Trăng là giấc mơ – giấc-mơ- buổi- sáng!"*

Ngẫm lại, thì là không phải, lời thơ này như nỗi lòng ẩn chứa của Thi Nhân:

> *"Con trăng buổi sáng, tôi gọi Trăng Ngày. Hỡi trăng nhớ ai mà trăng chưa lặn? Lát nữa trời nắng, trăng nóng lòng không? Nước mắt của trăng sao đong cho hết?*
>
> *...*
>
> *Trăng là nỗi nhớ, tôi nhớ Quê Hương... Con trăng ngậm sương. Ồ con trăng khóc..."*

Mà cũng lạ nữa, tôi đã lạc vào mớ bòng bong Trăng rồi!

Trăng trong thơ của Thi Sĩ, chỉ một bài với bốn khổ thơ mà hình tượng của Trăng quá mênh mông. Trăng là đối tượng quý yêu, là hình ảnh vay mượn để bày tỏ lòng mình, khi nỗi lòng khó tỏ, hay Trăng là những gì thật lãng mạn để tỏ tình yêu quý thiết tha...

Cuối cùng không lẽ là đây:

> *"Thơ tôi lãng mạn vì trăng là bờ. Thơ tôi bơ vơ vì trăng cô độc. Ôi trăng mái tóc, tóc bay mù sương... Ôi trăng dễ thương ôi trăng dễ thương..."*

Cũng là Nàng thôi, cũng chỉ để nói "dễ thương" thôi, cũng để tỏ "Nàng với Tôi là một" mà sao khổ đến vậy hỡi người Thi Sĩ?!

Thái Lý

Mục Lục

Liên lạc Tác giả
Trần Vấn Lệ
letran4820@hotmail.com

Liên lạc Nhà xuất bản
Nhân Ảnh
han.le3359@gmail.com
(408) 722-5626

www.ingramcontent.com/pod-product-compliance
Lightning Source LLC
LaVergne TN
LVHW012023041026
849558LV00003B/119
* 9 7 8 1 0 8 8 2 5 3 3 8 0 *